AF747754

ഗ്രീൻ ബുക്സ്

ഒരു വിധികർത്താവിന്റെ ധർമ്മസങ്കടങ്ങൾ

ജസ്റ്റിസ് എം.എം. പരീതു പിള്ള

1933ൽ ആലുവായിലെ പുരാതനമായ
മാനാടത്ത് കുടുംബത്തിൽ ജനിച്ചു.
വിദ്യാഭ്യാസം: കൽക്കത്ത സർവ്വകലാശാലയിൽ
നിന്ന് നിയമത്തിൽ ബിരുദവും രാഷ്ട്രതന്ത്രത്തിൽ
ബിരുദാനന്തര ബിരുദവും നേടി.
ജ്യേഷ്ഠസഹോദരനും അഡ്വക്കേറ്റ് ജനറലു
(കേരള ഹൈക്കോടതി)മായിരുന്ന എം.എം. അബ്ദുൾ
ഖാദറിന്റെ കീഴിൽ അഭിഭാഷകജീവിതം.
തുടർന്ന് ജില്ലാ സെഷൻസ് ജഡ്ജിയായി
കോഴിക്കോട്, തലശ്ശേരി, ആലപ്പുഴ, തിരുവനന്തപുരം,
തൃശൂർ കോടതികളിൽ. 1985ൽ ഹൈക്കോടതി ജഡ്ജി.
1995ൽ ചീഫ് ജസ്റ്റിസ്സായി (കേരളം) വിരമിച്ചു.
തുടർന്ന് ന്യൂ ദൽഹിയിൽ അപ്പലേറ്റ് അതോറിറ്റി
ഫോർ ഇൻഡസ്ട്രിയൽ ആന്റ് ഫിനാൻഷ്യൽ
റീ കൺസ്ട്രക്ഷന്റെ ചെയർമാൻ.
പിന്നീട് കേരളത്തിൽ 'പ്രഥമ' മനുഷ്യാവകാശ
കമ്മീഷൻ ചെയർമാൻ, ലോകായുക്ത
എന്നീ പദവികൾ വഹിച്ചു.

അനുഭവം

ഒരു വിധികർത്താവിന്റെ ധർമ്മസങ്കടങ്ങൾ

ജസ്റ്റിസ് എം.എം. പരീതു പിള്ള

തയ്യാറാക്കിയത്
സുന്ദരം ഗോവിന്ദ്

ഗ്രീൻ ബുക്സ്

green books private limited
gb building, civil lane road, ayyanthole,
thrissur- 680 003, kerala, ph: +91 487-2381066, 2381039
website: www.greenbooksindia.com
e-mail: info@greenbooksindia.com

malayalam
oru vidhikarthavinte dharmasankadangal
experience
by
justice m.m. pareed pillay

compiled by
sundaram govind

first published march 2018

cover design : rajesh chalode

branches:
thrissur 0487-2422515
palakkad 0491-2546162
kannur 0497-2763038
thiruvananthapuram 0471-2335301

isbn : 978-93-87331-66-2

GBPL/1003/2018

മുഖക്കുറി

തെളിവുകളിലൂടെ കുറ്റം സ്ഥാപിക്കുന്നതുവരെ ഏതൊരു കുറ്റവാളിയും നിർദ്ദോഷിയാണ്. ഒരു ന്യായാധിപൻ ഏറ്റവും കൂടുതൽ ഊന്നൽ കൊടുക്കുന്നത് നിരപരാധികൾ ശിക്ഷിക്കപ്പെടാതിരിക്കാൻ വേണ്ടിയാണ്. കുറ്റപത്രത്തിന്റെയും സാഹചര്യത്തെളിവുകളുടെയും അപര്യാപ്തതയിൽ, ന്യായാധിപൻ അനുഭവിക്കുന്ന ധർമ്മസങ്കടങ്ങൾ ഈ പുസ്തകത്തിലുണ്ട്. കുറ്റവാളികൾ തെളിവുകളുടെ അഭാവത്തിൽ രക്ഷപ്പെട്ടുപോകുന്നതും ന്യായാധിപന്റെ മാനസികവ്യഥയിൽ ഉൾപ്പെടുന്നു.

കൃഷ്ണദാസ്

മാനേജിങ് എഡിറ്റർ

ഉള്ളടക്കം

മുഖവുര

കൊലപാതകങ്ങൾ മനുഷ്യമനസ്സാക്ഷിയെ ഞെട്ടിക്കുന്ന സംഭവങ്ങളാണ്. ഇന്നത്തെ നിയമസംവിധാനം അവയെ നേരിടുന്നത് കുറ്റവാളിയെ ജീവപര്യന്തം ശിക്ഷിച്ചും അല്ലെങ്കിൽ തൂക്കിലേറ്റിയുമാണ്. തൂക്കിലേറ്റുന്ന ശിക്ഷ വേണമെന്നും വേണ്ടെന്നും രണ്ടഭിപ്രായം ഇന്ന് പ്രബലമാണ്. 1860ൽ ബ്രിട്ടീഷുകാർ ഉണ്ടാക്കിയ ശിക്ഷാനിയമം അനുസരിച്ച് സ്വാതന്ത്ര്യം കിട്ടിയശേഷം നാളിതുവരേയും നാം ആ ശിക്ഷാരീതി തന്നെ പിന്തുടരുന്നു. പിന്നീട് 1980ൽ സുപ്രീംകോടതി അപൂർവത്തിൽ അപൂർവമായി മാത്രം ഈ ശിക്ഷാവിധി പരിമിതപ്പെടുത്തി. ഒരു കുറ്റകൃത്യം ഉണ്ടായാൽ അതിന്റെ അന്വേഷണം മുതൽ കുറ്റവാളിയെ കണ്ടെത്തുന്ന പ്രക്രിയവരെയുള്ള നീക്കങ്ങൾ ഉദ്വേഗപൂർണ്ണവും അതുകൊണ്ടുതന്നെ നമ്മുടെ ജിജ്ഞാസയെ ത്വരിതപ്പെടുത്തുന്നതുമാണ്. കേരളത്തിൽ ഉണ്ടായ പല പ്രമാദമായ കൊലപാതകക്കേസുകൾ പിന്നീട് സാഹിത്യത്തിന്റെയും സിനിമയുടെയും പ്രമേയമായി മാറിയത് നാം കണ്ടിട്ടുണ്ട്.

ഇത്തരത്തിൽ ഉണ്ടായിട്ടുള്ള പ്രമാദമായ കേസുകളിലെ ശിക്ഷാവിധിയും വിധിന്യായവും പൊതുജനത്തെ ആകർഷിച്ചിട്ടുണ്ട്. പത്രങ്ങൾ അവ റിപ്പോർട്ട് ചെയ്യാറുണ്ടെങ്കിലും വിധിന്യായത്തിന്റെ യഥാർത്ഥ ചിത്രം മലയാളത്തിൽ അവതരിപ്പിക്കുന്നത് നന്നായിരിക്കുമെന്ന് തോന്നി. അവ നിയമവിദ്യാർത്ഥികൾക്കും അഭിഭാഷകർക്കും മാത്രമല്ല, കലാ-സിനിമാ രംഗത്തു പ്രവർത്തിക്കുന്നവർക്കും നിയമഗവേഷകർക്കും നിയമാധ്യാപകർക്കും ഒരുപക്ഷേ ന്യായാധിപന്മാർക്കും കൗതുകകരമായേക്കാം. ചരിത്രത്തിന്റെ അംശം പലതിലും ഒളിഞ്ഞു കിടപ്പുണ്ട്.

1980 കളിൽ തലശ്ശേരി, കോഴിക്കോട്, തൃശൂർ, ആലപ്പുഴ, തിരുവനന്തപുരം എന്നിവിടങ്ങളിൽ സെഷൻസ് ന്യായാധിപനായിരുന്ന, പിന്നീട് കേരള ചീഫ് ജസ്റ്റിസ്, ലോകായുക്ത, മനുഷ്യാവകാശ കമ്മീഷൻ ചെയർമാൻ എന്നീ നിലകളിൽ പ്രവർത്തിച്ച ശ്രീ. ജസ്റ്റിസ് എം.എം. പരീതു പിള്ളയുടെ വിധിന്യായങ്ങളാണ് മലയാളത്തിൽ അവതരിപ്പിക്കുന്നത്. സാധാരണക്കാരായ മലയാള വായനക്കാരെക്കൂടി ഉദ്ദേശിച്ചാണ് അവ ലളിതമായി പറയാൻ ശ്രമിച്ചത്. അതുകൊണ്ടുതന്നെ സാങ്കേതികമായി നിയമപദാവലികളും സുപ്രീം കോടതി, ഹൈക്കോടതികൾ എന്നിവയുടെ റിപ്പോർട്ട് ചെയ്ത കേസുകളും പരാമർശിച്ചിട്ടുള്ളത് പരമാവധി ഒഴിവാക്കാൻ ശ്രമിച്ചിട്ടുണ്ട്.

അടുത്തകാലത്ത് കേരള സർക്കാർ നടപടികൾ മലയാളത്തിൽ ആയിരിക്കണമെന്ന് തീരുമാനിച്ച് ഉത്തരവുകൾ പുറപ്പെടുവിച്ചിട്ടുണ്ട്. എന്നാൽ കേരളത്തിലെ കോടതിവിധികൾ എന്തുകൊണ്ടോ ഇപ്പോഴും മലയാളത്തിൽ പുറപ്പെടുവിച്ചു തുടങ്ങിയിട്ടില്ല. നിരക്ഷരരായവർക്കും ഇംഗ്ലീഷ് പരിജ്ഞാനമില്ലാത്തവർക്കും തടവിൽ കഴിയുന്നവർക്കും ഇത് ബുദ്ധിമുട്ടുണ്ടാകുന്നുണ്ട്. ഇത് ഒരു തരത്തിൽ നീതിയുടെ നിഷേധം തന്നെയാണ്. ആ ലക്ഷ്യംകൂടി മുന്നിൽ കണ്ടുകൊണ്ടാണ് വിധിന്യായം – 1 (പേജ് – 81), വിധിന്യായം – 2 (പേജ് – 87) എന്നിവ പദാനുപദ തർജ്ജമ ചെയ്ത് പ്രസിദ്ധീകരിക്കുന്നത്. അവ കോടതി ജീവനക്കാർക്കും അഭിഭാഷക ഗുമസ്തന്മാർക്കും സഹായകരമാവും എന്ന് പ്രതീക്ഷിക്കുന്നു.

ഒരു കൊലപാതകം എന്തുകൊണ്ട് ചെയ്തു, അതിനവലംബിച്ച മാർഗ്ഗങ്ങൾ എന്നിവ പല കേസുകളിലും നിഗൂഢമായ വസ്തുതകളാണ്, മാത്രമല്ല സാഹചര്യത്തെളിവുകൾ മാത്രമുള്ള കേസുകളിൽ ഇവ വളരെ പ്രധാനവുമാണ്. മനുഷ്യമനസ്സ് എങ്ങനെ പ്രവർത്തിക്കുന്നു എന്നത് ഈ സന്ദർഭങ്ങളിൽ ന്യായാധിപന്മാരേയും നിയമരംഗത്തു പ്രവർത്തിക്കുന്നവരേയും അദ്ഭുതപ്പെടുത്തുന്നു. കുറ്റകൃത്യം തെളിയിപ്പിക്കേണ്ടത് സർക്കാരാണ്. കുറ്റത്തിൽ നിന്നും രക്ഷപ്പെടാനുള്ള നിയമപരമായ പഴുതുകൾ ചൂണ്ടിക്കാട്ടുക മാത്രമേ കുറ്റവാളികൾക്ക് ചെയ്യേണ്ടതുള്ളൂ. അതും പരിമിതമായ തോതിൽ മാത്രം. കാരണം നാം പിന്തുടരുന്ന നിയമശാസ്ത്രമനുസരിച്ച് തെളിവുകളിലൂടെ കുറ്റം സ്ഥാപിക്കുന്നതുവരെ ഏതൊരു കുറ്റവാളിയും നിർദ്ദോഷിയാണ്. ആയിരം കുറ്റവാളികൾ രക്ഷപ്പെട്ടാലും ഒരു നിർദ്ദോഷിയും ശിക്ഷിക്കപ്പെടരുതെന്നാണ് നമ്മുടെ അടിസ്ഥാന പ്രമാണം. സംശയത്തിന്റെ ആനുകൂല്യം

എപ്പോഴും പ്രതിക്ക് അനുകൂലമായി വ്യാഖ്യാനിക്കപ്പെടണം. അതായത് കുറ്റത്തിന്റെ എല്ലാ കണ്ണികളും പൂർണ്ണമായി യോജിച്ച് തെളിവുകൾ നിരത്തിയാലേ ശിക്ഷ നൽകാൻ പാടുള്ളൂ. ഈ കേസുകളിൽ പലതിലും കുറ്റവാളി ശിക്ഷിക്കപ്പെടാതിരിക്കുന്നതിന്റെ കാരണവും മറ്റൊന്നല്ല.

അന്വേഷണ ഉദ്യോഗസ്ഥന്മാരുടെ അനാസ്ഥ, പാകപ്പിഴ എന്നിവകൊണ്ടും സർക്കാരിന്റെ ഉദാസീനതകൊണ്ടും ചിലപ്പോൾ കുറ്റവാളികൾ രക്ഷപ്പെട്ടേക്കാം. തെളിവുകൾ യഥാസമയം രാസപരിശോധനയ്ക്ക് വിധേയമാക്കി റിപ്പോർട്ടുകൾ ശേഖരിക്കേണ്ടതാണ്. സെഷൻസ് കോടതികൾ വെറുതെ വിടുന്ന കേസുകളിൽ സർക്കാർ അപ്പീൽ കൊടുക്കാനും നടപടി എടുക്കേണ്ടതുണ്ട്. സർക്കാർ വിജയിച്ച കേസുകളിൽ അഭിഭാഷകരെ മാറ്റുന്നതും ചിലപ്പോൾ കേസിന്റെ വിധിയെ ദോഷകരമായി ബാധിച്ചേക്കാം. സുപ്രീം കോടതിയിൽ അഭിഭാഷകരെ നിയമിക്കുന്ന കാര്യത്തിലും സർക്കാർ ജാഗ്രതക്കുറവു കാണിക്കുന്ന അപൂർവ്വ സംഭവങ്ങളും ഇപ്പോൾ വെളിച്ചത്തു വന്നിട്ടുണ്ട്. സുപ്രീം കോടതിയിൽതന്നെ പുനർവിചാരണയ്ക്കും (റിവ്യൂ) തെറ്റു തിരുത്താൻ ഹർജി (ക്യൂറേറ്റീവ് ഹർജി)ക്കും യഥാസമയം നടപടി എടുക്കേണ്ടതുണ്ട്.

ഭരണഘടനാനിയമപ്രശ്നങ്ങൾ ഉൾക്കൊള്ളുന്ന കേസുകൾ ഭരണഘടനാബഞ്ചിന്റെ ശ്രദ്ധയിൽപെടുത്താനും നടപടി എടുക്കേണ്ടതുണ്ട്.

സമൂഹമനസ്സാക്ഷി വിലയിരുത്തുന്നതുപോലെയാകണമെന്നില്ല ഒരു ക്രൂരമായ കൊലപാതകക്കേസിലെ വിധി വരുമ്പോൾ സംഭവിക്കുന്നത്. പത്രമാധ്യമങ്ങളും ഇലക്ട്രോണിക് മാധ്യമങ്ങളും സാമൂഹിക മാധ്യമങ്ങളും ഇത്തരം സംഭവങ്ങളെ വൈകാരികമായി വിജൃംഭിപ്പിച്ച് മനുഷ്യാവകാശ പ്രവർത്തകരുടേയും മറ്റും അഭിപ്രായങ്ങളെ സ്വാധീനിക്കുകയും പതിവാണ്. ഇത് പലപ്പോഴും നമ്മുടെ നിയമസംവിധാനത്തിന്റെ ആരോഗ്യകരമായ നിലനിൽപ്പിന് ഭീഷണിയായേക്കാം. വിധിന്യായത്തെ വിമർശിക്കാൻ നമുക്ക് അവകാശമുണ്ട്. നിയമത്തിലും ഭരണഘടനാ തത്ത്വങ്ങളിലും സുപ്രീം കോടതിയുടെ വിധികളിലുമുള്ള അജ്ഞതകൊണ്ടുമാണ് ഇത് സംഭവിക്കുന്നത്. ഇത് ഒരു പരിധിവരെ ദുരീകരിക്കാനും നിയമസംവിധാനത്തിനകത്ത് എന്ത് സംഭവിക്കുന്നു എന്ന് സാധാരണക്കാരെ മനസ്സിലാക്കിപ്പിക്കാനും ഈ സംരംഭം സഹായിക്കുമെങ്കിൽ ഞങ്ങൾ കൃതാർത്ഥരാണ്. വിധിന്യായങ്ങളുടെ

ഇത്തരം പുനരാഖ്യാനങ്ങൾ സാഹിത്യശാഖയുടെ ഏതു വകുപ്പിൽപെടുത്താം എന്ന് വായനക്കാരാണ് തീരുമാനിക്കേണ്ടത്.

"നിയമത്തിലുള്ള അജ്ഞത ശിക്ഷയിൽനിന്ന് ഒഴിവാകാനുള്ള ഒരു ന്യായമല്ല" എന്ന തത്ത്വംതന്നെ ഒരുപക്ഷേ പൊതുജനങ്ങൾക്ക് അറിവില്ലായിരിക്കാം. എല്ലാ നിയമങ്ങളും സാമാന്യജനങ്ങളിൽ എത്തിക്കേണ്ട ചുമതല സർക്കാരിന് തന്നെയാണ്. പക്ഷേ അതുകൊണ്ടുമാത്രം പ്രശ്നം തീരുന്നില്ല. ഇന്ന് ഹൈക്കോടതികളിലും സുപ്രീം കോടതികളിലും ഒരു കേസ് നടത്തുന്നതിന് സാധാരണക്കാരന് താങ്ങാവുന്ന ഫീസല്ല അഭിഭാഷകൻ വാങ്ങുന്നത്. മണിക്കൂറിന് ലക്ഷക്കണക്കിന് രൂപ ഫീസ് വാങ്ങുന്ന അഭിഭാഷകരെ നിയമിക്കാൻ പാവപ്പെട്ടവന് എങ്ങനെ സാധിക്കും? നമ്മുടെ ഭരണഘടനയിലെ 39 എ. അനുച്ഛേദം തുല്യനീതിയും സൗജന്യ നിയമസഹായവും പൗരന്മാർക്ക് ലഭിക്കേണ്ടതാണ് എന്നു പറയുന്നു. അവ നിർദ്ദേശകതത്ത്വങ്ങളിലാണ് ഉൾപ്പെടുത്തിയിരിക്കുന്നത്. പ്രമുഖ അഭിഭാഷകർ തങ്ങളുടെ സമയത്തിന്റെ ചെറിയ ഒരംശമെങ്കിലും ഇത്തരം സൗജന്യ നിയമ സഹായത്തിനായി മാറ്റിവെയ്ക്കേണ്ടതാണ്. അതിന് നിയമംമൂലം അവരെ നിർബന്ധിക്കുന്ന വകുപ്പുകൾ ഉണ്ടാക്കുന്ന കാര്യം സർക്കാർ ആലോചിക്കേണ്ടതാണ്. സമഗ്രനീതി - സമ്പൂർണ്ണ നീതി എന്ന ലക്ഷ്യത്തിലേക്ക് ഭാരതത്തെ എത്തിക്കാൻ അവ സഹായിക്കും.

കുറ്റകൃത്യങ്ങൾ കുറയ്ക്കുക, കുറ്റകൃത്യങ്ങൾ തടയുക എന്നിവയും നമ്മുടെ ഉദാത്ത ലക്ഷ്യങ്ങളാണ്. ഇതിനെല്ലാം നിയമാവബോധം ആവശ്യമാണ്. അവ സാക്ഷാത്കരിക്കാൻ ഈ സംരംഭം സഹായിക്കട്ടെ എന്ന വിശ്വാസത്തോടെ ഈ കൃതി പൊതുജനസമക്ഷം അവതരിപ്പിക്കുന്നു.

ആലുവ
26-06-2017

സുന്ദരം ഗോവിന്ദ്

അവതാരിക

കുറ്റകൃത്യം തെളിയിക്കേണ്ടത് സർക്കാരിന്റെ ചുമതലയാണ്. തെളിവ് ഭാരമെന്ന അപ്രമാണത്തെ വിശേഷിപ്പിക്കാം. തെളിവിനെപ്പറ്റിയുള്ള കാര്യങ്ങൾ സമഗ്രമായി പ്രതിപാദിക്കുന്ന ഒരു നിയമവും നമുക്കുണ്ട്. ഇൻഡ്യയിലെ തെളിവ് നിയമം. അതിനുമുണ്ട് മെക്കാളെയുണ്ടാക്കിയ പീനൽകോഡിനോളം പഴമ. രണ്ടും വളരെ ശ്രദ്ധാപൂർവ്വം നിതീനിപുണർ ക്രോഡീകരിച്ച തത്ത്വങ്ങളാണ്. സുന്ദരം ഗോവിന്ദ് മുഖവുരയിൽ ചൂണ്ടിക്കാണിച്ചപോലെ സംശയത്തിന്റെ അനുകൂല്യം എപ്പോഴും പ്രതിക്കനുകൂലമായി വ്യാഖ്യാനിക്കപ്പെടണം.

നിയമതത്ത്വങ്ങൾ അതിലളിതവും അതുകൊണ്ടുതന്നെ സുഗ്രാഹ്യവുമായ സന്ദർഭത്തിൽ കുറ്റം ചെയ്തയാളെ ശിക്ഷിക്കാൻ നടപടികൾ ആരംഭിച്ചാൽ അവസാനത്തെ തീരുമാനം വരെ പ്രോസിക്യൂഷൻ നടത്തുന്നവർക്കും പ്രതിഭാഗത്തിനും ഒരു അനിശ്ചിതത്വത്തിന്റെ വാൾ തലയ്ക്കു മീതെ തൂങ്ങുന്നതായി തോന്നും. സംശയത്തിന്റെ ആനുകൂല്യം കൊടുക്കുന്ന അവസരത്തിൽ ഒട്ടേറെ കാര്യങ്ങൾ ചിന്തിക്കാനുണ്ട്. തെളിവ്, നിയമത്തിന്റെ ഇതുസംബന്ധിച്ച വകുപ്പുകൾ വ്യാഖ്യാനിക്കുന്നതിനും ഒട്ടേറെ അവ്യക്തത നിലനിന്നിരുന്നതായി കാണാം.

സംശയത്തിന്റെ ആനുകൂല്യം എന്ന സങ്കല്പത്തെ പറ്റിതന്നെ ന്യായാധിപ പ്രതിഭകൾക്കിടയിൽ വ്യത്യസ്ത സമീപനങ്ങളും വ്യാഖ്യാനങ്ങളും ഉണ്ടായിട്ടുണ്ട്. ഇത്തരം സന്ദർഭങ്ങളിൽ നിയമതത്ത്വങ്ങൾ ആധികാരികവും അവസാനത്തേതും ആവട്ടെ എന്ന സങ്കല്പത്തിൽ കോടതിവിധികൾ പ്രസ്താവിക്കപ്പെടും. ഇവിടെയും അവ്യക്തത പലപ്പോഴും കൂടിക്കൂടി വരുന്നതായി തോന്നും. രണ്ടു ജഡ്ജിമാരുള്ള ഒരു ബഞ്ചിന്റെ അഭിപ്രായം മറ്റൊരു ബഞ്ചിന് ശരിയല്ല എന്നു തോന്നിയാൽ ആ കേസ് ഫുൾ ബഞ്ചിന്റെ പരിഗണനയ്ക്ക് വിടാൻ നിയമ

മാർഗങ്ങളുണ്ട്. അവിടെ എടുക്കുന്ന തീരുമാനം ഏകകണ്ഠ മല്ലെങ്കിലും കുഴപ്പമില്ല. ഭൂരിപക്ഷാഭിപ്രായമായിരിക്കും പിൻ തുടരേണ്ട നിയമതത്ത്വങ്ങളുടെ പ്രഖ്യാപനം.

പിന്നീട് സമാനസന്ദർഭങ്ങളിൽ ഫുൾബെഞ്ചിനെപ്പറ്റിയും അഭി പ്രായവ്യത്യാസമുണ്ടാകാം. മൂന്ന് അംഗങ്ങളുള്ള ഫുൾ ബെഞ്ചിന്റെ അഭിപ്രായം അഞ്ചംഗഫുൾബെഞ്ചിന് വിടാം. അഞ്ചു പേരുടേത് ഏഴംഗങ്ങളിൽ സമർപ്പിക്കാം. അവിടേയും നിൽ ക്കാത്ത പക്ഷം ഒൻപത് ജഡ്ജിമാരടങ്ങുന്ന ഫുൾബെഞ്ചി ലേക്കു പോകാം. നിയമ ചരിത്രത്തിൽ അത്തരം സന്ദർഭങ്ങൾ ധാരാളമുണ്ട്. 1941-ൽ ഇത്തരം ഒരു സന്ദർഭം അലഹബാദ് ഹൈക്കോടതിയിലുണ്ടായി. സംശയത്തിന്റെ ആനുകൂല്യത്തെ പറ്റിയുള്ള വ്യാഖ്യാനം തെളിവുനിയമത്തിലെ 102, 105, എന്നീ വകുപ്പുകളെപ്പറ്റി പ്രത്യേകം പരിശോധിക്കുന്ന വിധിന്യായം. ഏഴംഗങ്ങളുണ്ടായിരുന്ന ഒരു ബെഞ്ചാണ് ഈ വകുപ്പുകളെ പറ്റിയുള്ള വ്യാഖ്യാനം നടത്തിയ വിധിന്യായത്തിൽ നാലു ജഡ്ജിമാർ ഒരു അഭിപ്രായവും മൂന്നു പേർ വിരുദ്ധാഭി പ്രായവും പ്രകടിപ്പിച്ചു. അതിലോലമാണ് നിയമവകുപ്പുകളുടെ വ്യാഖ്യാനം എന്ന് ചൂണ്ടിക്കാണിക്കുന്നതാണ് യഥാർത്ഥത്തിൽ സംഭവിച്ച ഒരു കേസിലെ പരിണാമഗുപ്തി എന്ന് ചൂണ്ടിക്കാണി ക്കുവാനാണ് ഇത്രയും എഴുതിയത്.

ഇതേ പ്രശ്നത്തിൽ തന്നെ ന്യായാധിപന്മാരുടെ ഇടയിൽ വ്യത്യസ്താഭിപ്രായങ്ങൾ പിന്നീടുണ്ടായി. മുപ്പതു കൊല്ല ങ്ങൾക്കു ശേഷമാണ് 1941 -ലെ വിധിന്യായത്തിൽ ഭൂരിപക്ഷാ ഭിപ്രായത്തിന്റെ സാധുതയെ അതേ കോടതിയിലെ മറ്റു ചില ന്യായാധിപന്മാർക്കിടയിൽ വിഭിന്നാഭിപ്രായമുണ്ടായി. അതു കൊണ്ട് ഒരു പുനഃപരിശോധനയ്ക്ക് ആ കോടതി തയ്യാറായി. ഏഴംഗ ബെഞ്ചിന്റെ തീരുമാനം മാറ്റണമെങ്കിൽ ഏഴിനേക്കാൾ കൂടുതൽ അംഗസംഖ്യയുള്ള ബെഞ്ച്തന്നെ വേണം. ഈ സ ന്ദർഭത്തിൽ 9 അംഗങ്ങളുള്ള ഒരു ഫുൾബെഞ്ചിനേ നേരത്തെ യുള്ള വിധിന്യായമായി എഴുതാൻ കഴിയൂ. അങ്ങനെ സംഭ വിച്ചതിന്റെ ചരിത്രം 1970-ൽ ആണുണ്ടായത്. ആ കേസിലെ വിധിന്യായം "All India Report" 1970 (ഋഷികേശ് സിങ്ങും സ്റ്റേറ്റും തമ്മിലുള്ള കേസ്) 1970 അലഹബാദ് 51 എന്ന കേസിൽ ചർച്ച ചെയ്യപ്പെട്ടു. ഇവിടെയും ജഡ്ജിമാർക്കിട യിൽ അഭിപ്രായവ്യത്യാസങ്ങളുണ്ടായി. 7 പേർ ഒരഭിപ്രായവും രണ്ടുപേർ വിഭിന്നാഭിപ്രായവും രേഖപ്പെടുത്തി. 1941 ലെ വിധി ന്യായം ശരിവയ്ക്കപ്പെട്ടു. ഈ രണ്ടു കേസുകളും പരിശോ ധിച്ചാൽ ക്രിമിനൽ നിയമത്തിലെ പല തത്ത്വങ്ങളും മനസ്സി ലാക്കാൻ സാധിക്കും. 1584 തൊട്ടുള്ള വിധിന്യായങ്ങൾ ചർച്ച

ചെയ്തിട്ടുള്ളതാണ് ഈ വിധിന്യായപരമ്പര. ഈ തത്ത്വങ്ങൾ അംഗീകരിക്കുന്ന സുപ്രീംകോടതി വിധികളിൽ നാനാവതി കേസും ഉൾപ്പെടും.

തത്ത്വങ്ങൾ പലതും സമഗ്രമായും സുവ്യക്തമായും വിശകലനം ചെയ്ത ഒരു നിയമഗ്രന്ഥവും ഇപ്പോൾ ലഭ്യമാണ്. ജസ്റ്റിസ് യു.എൽ.ഭട്ടിന്റെ ഗ്രന്ഥം. ക്രിമിനൽ കേസുകളിലെ സാംഗത്യം (Relevancy) തെളിയിക്കപ്പെടൽ, (Proof) തെളിവുകളുടെ വിലയിരുത്തൽ (Evaluation of Evidence) 2013-ൽ പ്രസിദ്ധപ്പെടുത്തിയത് നിയമവിദഗ്ധനായ വിഗ്മൂർ, 12 വാല്യങ്ങളിലായി വിശദീകരിച്ച തത്ത്വങ്ങളാണ് ജസ്റ്റിസ് ഭട്ട് ഈ ഗ്രന്ഥത്തിൽ സംക്ഷിപ്തമായി കാണിച്ചുതരുന്നത്. (ഏതൊരു അഭിഭാഷകന്റേയും നിയമം കൈകാര്യംചെയ്യുന്ന വ്യക്തിയുടേയും നിയമവിദ്യാർത്ഥിയുടേയും ഗ്രന്ഥശേഖരത്തിൽ അവശ്യം സൂക്ഷിച്ചുവക്കേണ്ട ഒരു ആവശ്യഗ്രന്ഥം.)

അലഹബാദ് ഹൈക്കോടതി വിധികൾ അതിൽ കാണാത്തത് അതേ തത്ത്വങ്ങൾ സുപ്രീംകോടതി വിധികളിൽ പരാമർശിക്കപ്പെട്ടതുകൊണ്ടാണ്.

ഇത്രയൊക്കെ വിഷമമുള്ളതാണ് 'കുറ്റവും ശിക്ഷയും' സംബന്ധിച്ച നിയമതത്ത്വങ്ങൾ എന്ന് അത് പ്രയോഗിക്കേണ്ടിവരുന്നവർക്കു മാത്രമേ അറിയാൻ പറ്റുകയുള്ളൂ. ഈ നിയമതത്ത്വങ്ങൾ ശരിയാംവണ്ണം ഉൾക്കൊണ്ട വ്യക്തിയാണ് കേരളാ ഹൈക്കോടതിയുടെ മുൻ ചീഫ് ജസ്റ്റിസ് പരീത് പിള്ള.

താൻ പ്രസ്താവിച്ച വിധിന്യായങ്ങളെപ്പറ്റി ഒരു പുസ്തകമെഴുതണമെന്ന് അദ്ദേഹം തീരുമാനിച്ചത് നിയമലോകത്തിന് സന്തോഷകരമാണ്. മലയാളം ഭരണഭാഷയാക്കണമെന്ന് വാദിക്കുമ്പോഴും അതിൽ നിയമതത്ത്വങ്ങൾ എഴുതാൻ ആരും മുന്നോട്ടു വരുന്നതായി കാണുന്നില്ല. രണ്ടു തലമുറകൾക്കപ്പുറം ആ സാഹസത്തിനു മുതിർന്ന പ്രതിഭകൾ ഉണ്ടായിരുന്നു. ശിക്ഷാനിയമം മുഴുവനും ശ്ലോകങ്ങളിലാക്കി അവതരിപ്പിച്ച നിയമജ്ഞൻ ഇടമുട്ടം അച്യുതൻപിള്ള മദിരാശി ഹൈക്കോടതിയിലെ ഒരു ലൈബ്രേറിയൻ വിവർത്തം ചെയ്ത പീനൽകോഡിന്റെ കോപ്പിയും ഒരു അമൂല്യസ്വത്താണ്. പക്ഷേ തിരക്കുമൂലമാവാം ഇന്നത്തെ ന്യായാധിപരും നിയമജ്ഞരും അങ്ങനെയുള്ള സംരംഭങ്ങളിൽ ഏർപ്പെടുന്നില്ല. ഈ ലേഖകൻ അതിനെപ്പറ്റി ദുഃഖിച്ച്, അതിന് പരിഹാരമെന്നോണം സാഹസപ്പെട്ട് മലയാളത്തിൽ ഒരു നിയമമാസിക പ്രസിദ്ധീകരിച്ചു, 'നിയമസമീക്ഷ'. അത്യുന്നത നിലവാരം പുലർത്തിയിരുന്ന ഒരു മാസിക. കൂടുതൽ ഉയരങ്ങളിലേക്ക് പറക്കാൻ

തയ്യാറെടുത്തപ്പോഴാണ് അതിന്റെ ചിറകുകൾ നഷ്ടപ്പെട്ടതും നിർത്തലായതും. എങ്കിലും പഴയ വാല്യങ്ങളിൽ ഇപ്പോഴും നിയമപണ്ഡിതന്മാരുടെ ഘോഷയാത്ര കാണാൻ പറ്റും. ജസ്റ്റിസ് കൃഷ്ണയ്യർ, ജസ്റ്റിസ് തോട്ടക്കാട്ട് ചന്ദ്രശേഖര മേനോൻ, ജസ്റ്റിസ് പരീത് പിള്ള, ജസ്റ്റിസ് സുബ്രഹ്മണ്യം പോറ്റി തുടങ്ങിയവർ. നിർഭാഗ്യവശാൽ സാഹചര്യങ്ങളുടെ ക്രൂരത ആ മാസികയുടെ അന്ത്യം കുറിച്ചു. ആ പാരമ്പര്യം ഭാഗികമായിട്ടാണെങ്കിലും ഇപ്പോൾ തുടർന്നുപോരുന്നത് 'നവനീതം' മാസിക മാത്രമാണ്.

നവനീതം മാസികയുടെ ഒരു വലിയ സഹായിയാണ് ജസ്റ്റിസ് പരീത് പിള്ള. അദ്ദേഹത്തിന്റെ ലേഖനങ്ങൾ നവനീതത്തിൽ പ്രസിദ്ധീകരിക്കാൻ ഞങ്ങൾക്ക് അവസരമുണ്ടായിട്ടുണ്ട്. ഒട്ടേറെ ആസ്വാദനങ്ങൾ വായനക്കാരിൽ നിന്ന് ലഭിച്ചു. വിഷമം നിറഞ്ഞ നിയമ വിജ്ഞാനവിതരണം, സുപരിചിതമായ ഒരു വ്യക്തിയായി ജസ്റ്റിസ് പരീത് പിള്ളയെ ഞങ്ങൾ ആദരിച്ചു പോരുന്നു.

ജനിച്ചാൽ പിന്നെ ജീവിതാവസാനംവരെ നിയമം നമ്മെ പിന്തുടരുന്നു. തൊട്ടിൽ തൊട്ട് ചുടലവരെ എന്ന വിവരണം ഈ ജീവിത വ്യാപ്തിയുടെ കൃത്യമായ ഒരു വിവരണമാവില്ല. അതുകൊണ്ടാണ്, ഇംഗ്ലീഷ് നീതിശാസ്ത്രജ്ഞൻ ഡെങ്കൻ മെരിറ്റ് നിരീക്ഷിച്ചത്- തൊട്ടിൽ മുതൽ ചുടലവരെയും ഒരുപക്ഷേ അതിനുമപ്പുറവും ഇക്കാര്യത്തിൽ ഒരു സൂചന കേരളക്കരയ്ക്ക് ലഭിച്ചത് പ്രശസ്ത അഭിഭാഷകനായ അഡ്വ. വി.കെ.സത്യവാൻ നായർ രചിച്ച നിയമവിജ്ഞാനനിഘണ്ടുവിലൂടെയാണ്. അതിന്റെ അവതാരികയിൽ ജസ്റ്റിസ് കെ.സുകുമാരൻ എഴുതി:

"കാലം പിന്നെയും കഴിഞ്ഞപ്പോൾ നിയമവിജ്ഞാനം വിപുലമായി. ജീവൻപോയാലും ഭൗതികദേഹത്തിനെ ആശ്ലേഷിക്കുന്ന നിയമത്തെ നാം ദർശിക്കുന്നു. ഇക്കാര്യം വിശദീകരിക്കുന്നതാണ് ജസ്റ്റിസ് അലക്സാണ്ടർ തോമസ് (കേരള ഹൈക്കോടതി) പുറപ്പെടുവിച്ച വിജ്ഞേയമായ വിധിന്യായം. 2016 ഡിസംബറിലാണ് വിധി പ്രസ്താവിച്ചതെങ്കിലും 2017 ഡിസംബർ 8-ാം തീയതിയിലെ കേരള ഹൈക്കോർട്ട് കേസിൽ മാത്രമേ അതു സ്ഥാനം പിടിച്ചുള്ളൂ. കാരണം വിധിന്യായത്തിന്റെ ദൈർഘ്യം! (മുമ്പും ഇതുപോലെ ഉണ്ടായിട്ടുണ്ട് രത്നപ്രഭാ കേസ്. അതിപ്രധാനമായ ചില ഭരണഘടനാ പ്രശ്നങ്ങളിലും ഉച്ചന്യായലയത്തിന്റെ (ഹൈക്കോടതി) ആ വിധിന്യായം പ്രസിദ്ധീകരിച്ചത് ഔദ്യോഗിക ലോ റിപ്പോർട്ടിൽ

മാത്രം. (ഇന്ത്യൻ ലോ റിപ്പോർട്ടർ കേരള വോളിയം 1 ലക്കം പേജ് 1) ഇവയൊക്കെയാണ് നിയമരംഗത്തെ അസ്വസ്ഥ കരമായ വിശേഷങ്ങൾ. ഈ പ്രയാസങ്ങളൊക്കെ ഉണ്ടായിട്ടും നിയമകാര്യങ്ങൾ പ്രതിപാദിക്കുന്ന ഒരു മലയാള പുസ്തകം പ്രസിദ്ധീകരിക്കാൻ ജസ്റ്റിസ് പരീത് പിള്ള കാണിച്ച സാഹസ ബുദ്ധിയെ എത്ര പ്രകീർത്തിച്ചാലും മതിയാവില്ല.

ഭരണഭാഷ മലയാളത്തിലാക്കുന്നതിൽ ഭരണമുന്നണിക്ക് ആത്മാർത്ഥതയുണ്ടെങ്കിൽ ഇത്തരം പുസ്തകങ്ങൾക്ക് സാമ്പ ത്തികം ഉൾപ്പെടെയുള്ള സഹായങ്ങൾ നൽകി പ്രോത്സാഹി പ്പിക്കണം. നിയമവകുപ്പ് ഇക്കാര്യം ശ്രദ്ധിക്കുമെന്നു പ്രതീ ക്ഷിക്കാം. ഒരു സമൂർത്ത നിർദ്ദേശം: ചുരുങ്ങിയ പക്ഷം ക്രിമിനൽ കോടതികളിൽ വ്യവഹാരം കൈകാര്യം ചെയ്യുന്ന വർക്കു വേണ്ടിയെങ്കിലും ഒരു കോപ്പി എത്തിക്കണം. ഈ അമൂല്യഗ്രന്ഥത്തിന്റെ ഉള്ളടക്കത്തെപ്പറ്റി ഒന്നു സൂചിപ്പിക്കാം. സൂചന മാത്രം. വിസ്തൃത പരിചിന്തനം അപ്രസക്തമാണ്, അവതാരികയിൽ പ്രത്യേകിച്ചും.

സംശയത്തിന്റെ അനുകൂല്യത്തിൽ ശിക്ഷയിൽ നിന്നും രക്ഷ പ്പെട്ടവരുടെ വിവരങ്ങളാണ് 17, 23, 27, 29, 32, 35, 39, 41, 44, 47, 49, 56, 58 പേജുകളിൽ പ്രത്യക്ഷപ്പെടുന്നത്. (ക്വാറി കോൺ ട്രാക്ടർക്ക് അത് നൽകേണ്ടിയിരുന്നോ എന്ന സംശയം വായന ക്കാരനുണ്ടാകാം. കൃത്യമായ ദൃക്സാക്ഷി മൊഴികൾ ശിക്ഷ യ്ക്കു ഇടയാക്കിയ ചരിത്രമാണ് 37, 51, 53, 60, 62, 65, 71 പേജുകളിലുള്ളത്.) അധികം കേസുകളും തിരുകൊച്ചി പ്രദേശത്ത് ഉദ്ഭവിച്ചതാണ്. (മരിച്ചയാൾക്കു പോലും അവ കാശങ്ങളുണ്ടെന്ന് അർത്ഥശങ്കയ്ക്കിടയില്ലാത്ത വിധം പ്രഖ്യാപിച്ച സുപ്രിംകോടതി വിധിന്യായങ്ങൾ ഒട്ടേറെയുണ്ട്. അവ സമാഹരിച്ച് സ്വന്തം വിധിന്യായത്തിൽ ജസ്റ്റിസ് അലക്സാണ്ടർ തോമസ് സംഗ്രഹിച്ചിട്ടുണ്ട്. ശശിധരന്റെ കേസിൽ (2017 കേരള ഹൈക്കോടതി ഹൈക്കോർട്ട് കേസ് പേജ് 769). (1995 ദി സുപ്രിം കോടതി കേസ് പേജ് 248) ആ തത്ത്വം മദിരാശി ഹൈക്കോടതി പിൻതുടർന്നു. കേസ് 2007 .5. മദ്രാസ് ലോ ജേർണൽ പേജ് 404) 7.8.2002-ൽ വിധിച്ച മാരി മുത്തു കേസിലെ തത്ത്വവും ഇതു തന്നെ.

ക്രിമിനൽ വിധിന്യായങ്ങളിലും ആകർഷകമായ ഭാഷ കാണാൻ പറ്റുമെന്ന താമരശ്ശേരിയിലെ ഒരു അഭിഭാഷക തലവൻ ഗുഡല്ലൂരിലെ മിസ്റ്റർ ചെറിയാൻ പറഞ്ഞത് ഓർമ്മ വരുന്നു.

സാഹിത്യഭംഗിയുള്ള പദങ്ങളും പ്രതിപാദനങ്ങളും ഈ ഗ്രന്ഥത്തിൽ ധാരാളമായി പ്രത്യക്ഷപ്പെടുന്നു. (തൊടുപുഴ

കേസ്, വെളുത്തേരി ഈഴചെമ്പകം, ശാശ്വതീകാനന്ദ), ഇത്തര മൊരു പുസ്തകം അവതരിപ്പിക്കുന്നതിൽ ആർക്കാണത്യധികം സന്തോഷമുണ്ടാകാത്തത്?

പ്രബുദ്ധമായ ഒരു കുടുംബമാണ് ജസ്റ്റിസ് പരീത് പിള്ള യുടേത്. ആലുവായിൽ അദ്വൈതാശ്രമം സ്ഥാപിക്കുകയും വിശ്വപ്രശസ്തമായ ഒരു അഖിലലോകമതസമ്മേളനം നട ത്തുകയും ചെയ്ത ശ്രീനാരായണഗുരു സ്നേഹാനുഗ്രഹങ്ങൾ ലോഭമില്ലാതെ ലഭിച്ച ഒരു കുടുംബമാണത്. കുടുംബാംഗ ങ്ങളുടെ പരമ്പരകളും ഗുരുവിനോട് അതേ വിധം തന്നെയാണ് പ്രതിസ്പന്ദിച്ചതും. ജസ്റ്റിസ് പരീത് പിള്ളയുടെ മൂത്തസഹോ ദരൻ എം.എം.അബ്ദുൾ ഖാദർ ബൗദ്ധികമായ ഉന്നതതല ങ്ങളിൽ സഞ്ചരിച്ചിരുന്നു. അദ്ദേഹത്തിന്റെ കാലത്ത് സുപ്രീം കോടതിയിലെ സർക്കാർ കേസുകൾ അഡ്വക്കേറ്റ് ജനറൽ തന്നെയാണ് വിജയകരമായി കൈകാര്യം ചെയ്തിരുന്നത്. പാരമ്പര്യത്തിന്റെയും പരിശ്രമത്തിന്റെയും സങ്കലനം നിറഞ്ഞ ഈ പുസ്തകതത്തിന് ഊഷ്മളമായ സ്വാഗതം ലഭിക്കുക തന്നെ ചെയ്യും. അത്യധികം ചാരിതാർത്ഥ്യത്തോടെ ഈ വിശിഷ്ടഗ്രന്ഥം പൊതുജനങ്ങൾക്ക് പ്രത്യേകിച്ച് നിയമ വിജ്ഞാനം കൊതിക്കുന്ന മലയാളികൾക്ക് അഭിമാനപുരസ്സരം സമർപ്പിക്കട്ടെ.

ജസ്റ്റിസ് കെ.സുകുമാരൻ

ഒരു വിധികർത്താവിന്റെ ധർമ്മസങ്കടങ്ങൾ

ശിക്ഷയില്ലാത്ത പിതൃഹത്യ

സ്വന്തം പിതാവിനെ വാസുദേവൻ അടിക്കുന്നതുകണ്ടാണ് അയൽവാസിയായ കുഞ്ഞാറു ഓടിവന്നത്. തടസ്സം പിടിച്ച അയാൾക്കും കിട്ടി ഒരടി. വീണുകിടന്ന അയൽവാസി തന്റെ സഹോദരൻ കൂടിയാണ്. എല്ലാവരും കൂടി ആശുപത്രിയിൽ എത്തിച്ചു. എന്നാൽ പരിക്കേറ്റയാൾ അന്ത്യശ്വാസം വലിച്ചു. കുഞ്ഞാറു മീഞ്ചന്ത പൊലീസ് സ്റ്റേഷനിൽ കൊലപാതകം നേരിട്ടു കണ്ടതായി മൊഴികൊടുത്തു.

വാസുദേവനെ അറസ്റ്റുചെയ്തു കോടതിയിൽ ഹാജരാക്കപ്പെട്ടു. കോടതിതന്നെ അയാൾക്ക് ഒരു വക്കീലിനെ വച്ചുകൊടുത്തു. വിസ്താരം തുടങ്ങി. എല്ലാ സാക്ഷികളും പിതാവിനെ അടിക്കുന്നതുകണ്ടതായി കോടതിയിൽ പറഞ്ഞു. എന്നാൽ അച്ഛൻ വീണുകിടക്കുന്നത് ഓർമ്മയുണ്ട്, മറ്റൊന്നും തനിക്കറിയില്ല എന്നാണ് വാസുദേവൻ പറയുന്നത്.

വാസുദേവന്റെ വക്കീൽ കുറച്ചു രേഖകൾ ഹാജരാക്കി. അതനുസരിച്ച് കുറെനാളായി വാസുദേവൻ മാനസികരോഗിയാണെന്നും ചികിത്സ നടത്തിയതായും കാണപ്പെട്ടു. സാക്ഷികളും അതു സമ്മതിച്ചു. സംഭവത്തിനു മുൻപ് വാസുദേവൻ അമ്മയോട് ചോറ് ആവശ്യപ്പെട്ടിരുന്നു. എന്നാൽ ചോറ് തയ്യാറായിരുന്നില്ല. വാസുദേവനോട് ചോറ് ആയിട്ടില്ല എന്നും കുറച്ചുസമയം കഴിയട്ടെ എന്ന് അച്ഛനും പറഞ്ഞിരുന്നു. എന്നാൽ പെട്ടെന്ന് ദേഷ്യം വന്ന പ്രതി അച്ഛനെ തള്ളിയിടുകയാണുണ്ടായത്. തലയോട്ടിയിലെ പൊട്ടൽ മൂലം അയാൾ മരിച്ചു.

വാസുദേവന്റെ സഹോദരൻ പറഞ്ഞത് ദേഷ്യം വന്നാൽ വാസുദേവൻ അക്രമാസക്തനാകും എന്നാണ്. അപ്പോൾ അയാൾ ഉപദ്രവകാരിയാകും. അതായത് സംഭവം നടക്കുമ്പോൾ അയാൾ ചെയ്തതെന്താണ് എന്ന് അയാൾക്കുതന്നെ അറിയുകയില്ല.

ഇന്ത്യൻ ശിക്ഷാനിയമത്തിലെ എൺപത്തിനാലാം വകുപ്പിന്റെ ആനുകൂല്യം വാസുദേവന് കൊടുക്കാൻ തീരുമാനിച്ചു. അതായത് മനോരോഗിയെ ശിക്ഷിക്കാൻ പറ്റില്ല. വെറുതെ വിടാനും പറ്റില്ല.

അങ്ങനെ വാസുദേവനെ അസുഖം മാറുന്നതുവരെ കോഴിക്കോട് മാനസിക ആരോഗ്യാശുപത്രിയിൽ പാർപ്പിക്കാൻ തീരുമാനിച്ചു.

കാണാതായ ഉണ്ണിയും സാഹചര്യത്തെളിവും

കൂലിപ്പണിക്കാരനായ ഉണ്ണിയെ കാണാതായിട്ടു കുറെ നാളുകൾ കഴിഞ്ഞു. പുൽപ്പള്ളിയിൽ പണിക്കുപോയി എന്നാണ് മക്കൾ പറയുന്നത്. ഉണ്ണിയുടെ ഭാര്യ അയാളുടെ വരവും കാത്തിരിക്കുന്നതു കണ്ടപ്പോഴാണ് മകൾ ഓമന ആ വിവരം പുറത്തുവിട്ടത്. ചന്തയിൽ വച്ച് കണ്ട കൂട്ടുകാരിയോട് രഹസ്യമായി ഒരു കാര്യം പറഞ്ഞു. അച്ഛൻ ഉറങ്ങുന്നതുകണ്ട് കുളിക്കാൻ പോയ താൻ തിരികെവന്നപ്പോൾ ചേട്ടന്മാർ വലിച്ചുകൊണ്ടുപോയി പറമ്പിൽ കുഴിച്ചുമൂടുന്നതാണ് കണ്ടത്. ആരോടും പറയരുത് എന്ന് താക്കീതും ചെയ്തു. മുറി ചാണകം തളിച്ചു കഴുകി.

ഉണ്ണിയുടെ ഉറ്റസുഹൃത്ത് വാർത്ത കേട്ട് വീട്ടിൽവന്ന് മക്കളോട് അന്വേഷിച്ചു. 15 ഉം 13 ഉം വയസ്സുള്ള മക്കൾ രണ്ടുപേരും ആദ്യം ഒന്നുമറിയില്ലെന്നു പറഞ്ഞെങ്കിലും സുഹൃത്തിന്റെ നിർബന്ധത്താൽ മൂത്തമകൻ കുറ്റം സമ്മതിച്ചു. കുഴിച്ചിട്ട സ്ഥലവും കാണിച്ചുകൊടുത്തു. സ്കൂളിൽ പോകാൻ അനുവദിക്കാത്ത അച്ഛനോടുള്ള പക തീർത്തത് അങ്ങനെയായിരുന്നു. ഉറങ്ങിക്കിടന്ന അച്ഛനെ കൊടുവാൾകൊണ്ട് മൂത്തമകൻ വെട്ടി. രണ്ടുപേരും കൂടി വലിച്ച് പറമ്പിലുണ്ടായിരുന്ന ഒരു കുഴിയിൽ കൊണ്ടിട്ടുമൂടി. ആ ഭാഗം മണ്ണ് ഇളകികിടക്കുന്നതായും സുഹൃത്തിനു മനസ്സിലായി.

ദൃക്സാക്ഷികൾ ഇല്ലാതിരുന്ന ഈ കേസ് വിചാരണയ്ക്കു വന്നു. സുഹൃത്തും ഭാര്യയും മക്കളുമൊക്കെയായിരുന്നു സാക്ഷി.

മണ്ണുമാന്തിയെടുത്തപ്പോൾ അസ്ഥികൂടമാണ് കാണപ്പെട്ടത്. ഇടതുകൈ മാത്രം മുഴുവൻ അഴുകിയിരുന്നില്ല. തലയിലെ മുടി അല്പം മാറി കിടന്നിരുന്നു. ചില കീറത്തുണികളും ചാക്കും

കാണപ്പെട്ടു. തലയോട്ടി പുറകുവശം പരന്നതായും കഴുത്തിലെ കശേരുക്കളിൽ രക്തം കട്ടപിടിച്ചതിന്റെ ലക്ഷണങ്ങളും രണ്ടു പേരുടേയും മൊഴികൾ വ്യത്യസ്തങ്ങളായിരുന്നു. കൊലപാതകം പുറത്തറിയിച്ച മകളെ വിസ്തരിച്ചില്ല. സാഹചര്യത്തെളിവിന്റെ കണ്ണികൾ പൂർണ്ണമല്ല.

പ്രതികൾ സ്കൂളിൽ വരാറില്ല എന്നു പറഞ്ഞ അദ്ധ്യാപകൻ അവരെപ്പറ്റി നല്ല അഭിപ്രായമാണ് പറഞ്ഞത്. അമ്മയുടെ ഓർമ്മ യിൽ അച്ഛനും ഈ മക്കളും തമ്മിൽ വഴക്കു കൂടുന്നതായി കണ്ടിട്ടില്ല. കുട്ടികൾ സ്കൂളിൽ പോകാൻ സാധിക്കാത്തവിവരം തെളിയിക്കാൻ ഹാജർബുക്കും ഹാജരാക്കിയിരുന്നില്ല.

സംശയത്തിന്റെ പിൻബലത്തിൽ പ്രതികളെ ന്യായാധിപൻ വെറുതെ വിട്ടു.

അവിഹിതത്തിന്റെ അന്ത്യം

കൂലിപ്പണി എടുത്ത് ജീവിക്കുന്ന എട്ടുപത്തു കുടുംബങ്ങൾ ആ ഇരുനിലകെട്ടിടത്തിൽ വാടകയ്ക്കു താമസിച്ചിരുന്നു. പനമ്പു കൊണ്ട് മറച്ചിരുന്ന അപ്പുറത്തെ മുറിയിൽനിന്ന് ഒരാർത്തനാദം ശ്രീദേവി കേട്ടു. ഓടിച്ചെന്നപ്പോൾ കട്ടിലിൽ ചോരയിൽ കുളിച്ചു കിടക്കുന്ന മേഴ്സിയും ചോരയൊലിക്കുന്ന കഠാരയുമായി താഴേക്ക് ഓടിപ്പോകുന്ന ഭർത്താവ് ആൽഫിയെയുമാണ് കണ്ടത്. ആൽഫി തന്നെ കുത്തി എന്നുമാത്രം പറഞ്ഞ് മേഴ്സി കണ്ണടച്ചു. പരിഭ്രാന്തയായ ശ്രീദേവി കരഞ്ഞുകൊണ്ട് താഴത്തെ നിലയിൽവന്നു ഭർത്താവിനെ വിവരം അറിയിച്ചു.

ആൽഫിക്കെതിരെ പൊലീസ് കൊലപാതകത്തിന് കേസ് എടുത്തു. കോടതിയിൽ ശ്രീദേവിയുടെ മൊഴി നിർണ്ണായകമായി. ഭർത്താവും സാഹചര്യങ്ങൾ വിശദീകരിച്ചു. താഴത്തെ നിലയിൽ താമസിച്ചിരുന്ന ഒരു സ്ത്രീയുടെ അലർച്ചകേട്ട് മുകളിൽ ചെന്നപ്പോൾ ആൽഫി കഠാരയുമായി എതിരെ വരുന്നതുകണ്ടു.

ആൽഫി-മേഴ്സി ദമ്പതികളുടെ ദാമ്പത്യജീവിതത്തിൽ എന്നും കലഹങ്ങളുണ്ടായിരുന്നതായി ആ കെട്ടിടത്തിലെ താമസക്കാർ സാക്ഷ്യപ്പെടുത്തി. ഭാര്യയുടെ അവിഹിതബന്ധമായിരുന്നു കാരണം. മേഴ്സിതന്നെ പലരോടും ആൽഫിയുടെ പീഡനത്തെക്കുറിച്ച് പരാതി പറയുമായിരുന്നു.

സംഭവത്തിന് ആറുമാസം മുമ്പ് സുബ്രഹ്മണ്യൻ എന്ന ഒരാളുമായി മേഴ്സി അടുപ്പത്തിലായിരുന്നതും സ്ഥിരീകരിച്ചു. അടുത്തു താമസിച്ചിരുന്ന സുബ്രഹ്മണ്യന്റെ വീട്ടിൽ വെള്ളമെടുക്കാൻ പോകുമായിരുന്നു മേഴ്സി. പലപ്പോഴും കണ്ടുമുട്ടുക പതിവായിരുന്നു. മേഴ്സി അയച്ചതായ രണ്ടു എഴുത്തുകൾ സുബ്രഹ്മണ്യൻ കോടതിയിൽ ഹാജരാക്കി. അതിൽ എപ്പോൾ

വേണമെങ്കിലും സുബ്രഹ്മണ്യന്റെ കൂടെപ്പോരാൻ തയ്യാറാണെന്ന് മേഴ്‌സി എഴുതിയിരുന്നു. മേഴ്‌സിയുമായി പലപ്പോഴും ശാരീരിക ബന്ധത്തിൽ ഏർപ്പെട്ടിട്ടുണ്ടെന്ന് സുബ്രഹ്മണ്യൻ കോടതിയിൽ സമ്മതിച്ചു. മേഴ്‌സിയെ കൊലപ്പെടുത്തി എന്നറിഞ്ഞപ്പോൾ സുബ്രഹ്മണ്യൻ മറ്റൊരു വീട്ടിൽ താമസിച്ചു. ആൽഫി തന്നെയും കൊല്ലും എന്ന ഭയത്താലാണ് മാറി താമസിച്ചത്.

പ്രതി ആൽഫിയുടെ വക്കീൽ കോടതിയിൽ വാദിച്ചത് സുബ്രഹ്മണ്യനാണ് മേഴ്‌സിയെ കൊന്നത് എന്നാണ്. പക്ഷേ അത് വിശ്വസിക്കാൻ പറ്റിയ തെളിവുകൾ ഒന്നുമില്ലായിരുന്നു. സംഭവദിവസം സുബ്രഹ്മണ്യൻ സ്വന്തം വീട്ടിൽ നിന്ന് ഒളിച്ചു മാറി മറ്റൊരിടത്ത് താമസിച്ചു എന്നതുകൊണ്ടുമാത്രം അയാൾ കുറ്റക്കാരനാകുന്നില്ല. മാത്രമല്ല സുബ്രഹ്മണ്യൻ മേഴ്‌സിയെ സ്വീകരിക്കാൻ തയ്യാറുമായിരുന്നു. പൊലീസിൽ വച്ച് ആൽഫി യുമായി ബന്ധം വേർപ്പെടുത്തണം എന്നതായിരുന്നു നിബന്ധന.

സംഭവത്തിന് തൊട്ടുമുമ്പ് ആൽഫി താഴത്തെ മുറിയിൽ തന്റെ കുട്ടിയുമായി വന്നിരുന്ന വിവരം പന്ത്രണ്ടുവയസ്സുള്ള ഒരു ബാലനും കോടതിയിൽ പറഞ്ഞു. ആൽഫി തന്റെ കുട്ടിയെ കൂടെ കളിക്കാൻ വിട്ടുകൊണ്ട് മുകളിലേക്ക് തന്നെ പോയി.

മേഴ്‌സി ആത്മഹത്യ ചെയ്തതാകാം എന്നൊരു വാദവും പ്രതിഭാഗം ഉയർത്തി. പക്ഷേ ഡോക്ടറുടെ മൊഴി അതിനെതിരായിരുന്നു. സ്വയം ഏല്പിച്ച ആഘാതം കൊണ്ടല്ല മേഴ്‌സി മരിച്ചത് എന്ന് ഡോക്ടർ ഖണ്ഡിതമായി പറഞ്ഞു. മാത്രമല്ല ദൃക്‌സാക്ഷികളെ അവിശ്വസിക്കാൻ കാരണമില്ലെന്നും കോടതി കണ്ടെത്തി. കൃത്യം ചെയ്തത് ആൽഫി തന്നെ എന്ന നിഗമനത്തിൽ എത്താൻ സാഹചര്യത്തെളിവുകളും പര്യാപ്തമായിരുന്നു.

ആൽഫി ജീവപര്യന്തം തടവുശിക്ഷയ്ക്കു വിധിക്കപ്പെട്ടു.

തെളിവില്ലാത്ത മാതൃഹത്യ

സ്കൂൾ അദ്ധ്യാപകനായ വേലായുധൻ നായരുടെ പറമ്പിൽ പുല്ലരിഞ്ഞുകൊണ്ടു നിൽക്കുകയായിരുന്നു നാരായണൻ നായർ. ദാഹശമനം വരുത്താൻ അടുത്തുകണ്ട കിണറ്റിനടുത്തേക്ക് അയാൾ നടന്നു. ഒന്നുനോക്കിയതേയുള്ളൂ വെള്ളത്തിൽ ഒരു സ്ത്രീയുടെ മൃതദേഹം! ആ പറമ്പിൽ തന്നെ തെങ്ങുകയറിക്കൊണ്ടിരുന്ന ഭാസ്കരനോട് അയാൾ അലറിവിളിച്ചു പറഞ്ഞു. ഭാസ്കരൻ വന്നുനോക്കിയപ്പോൾ, ശരിയാണ്. തിരിച്ചറിയാൻ പറ്റാത്ത ചീഞ്ഞളിഞ്ഞ ഒരു സ്ത്രീയാണ് വെള്ളത്തിൽ മരിച്ചു കിടക്കുന്നത്.

വേലായുധൻ നായരുടെ വീട്ടിൽ അയാളും വയസ്സായ അമ്മ നാണിഅമ്മയും മാത്രമായിരുന്നു താമസം. ഭാസ്കരൻ ഉടൻ വീടിനകത്തു ചെന്നു വേലായുധൻ നായരോട് വിവരം പറഞ്ഞു. തന്റെ അമ്മ 3–4 ദിവസമായി മൂത്തചേട്ടന്റെ വീട്ടിൽ പോയിരിക്കുകയാണ് എന്നാണ് അയാൾ പറഞ്ഞത്. ഏതായാലും ഭാസ്കരന്റെ വാക്കുകേട്ടു പറമ്പിലെ കിണറ്റിൽ പോയിനോക്കി. തന്റെ അമ്മ തന്നെയാണ് കിണറ്റിൽ കിടക്കുന്നത് എന്നയാൾ ഉറപ്പിച്ചു. ഉടൻ അടുത്തു താമസിക്കുന്ന ചേട്ടന്റെ വീട്ടിൽ പോയി വിവരം ധരിപ്പിച്ചു. ചേട്ടൻ ഗോവിന്ദൻ നായരാണ് വിവരം പൊലീസിൽ പറഞ്ഞത്. പൊലീസിന്റെ സഹായത്തോടെ മൃതദേഹം പുറത്തെടുത്തു പോസ്റ്റ്മോർട്ടം ചെയ്തു. ചീഞ്ഞളിഞ്ഞ മൃതദേഹത്തിന്റെ കഴുത്തിൽ ഒരു കയർ ചുറ്റിയിരുന്നതായി കണ്ടു. ശ്വാസകോശത്തിൽ ഒരുതരി മണലോ ചളിയോ കണ്ടില്ല. ഡോക്ടർ വിധി എഴുതി, നാണി അമ്മ ശ്വാസംമുട്ടിയാണ് മരിച്ചത്.

പൊലീസ് അന്വേഷിച്ചപ്പോൾ അറിഞ്ഞത് വേലായുധൻ കുറേ നാളായി സ്കൂളിൽ പോകാറില്ലായിരുന്നു എന്നാണ്. അയാൾ മദ്യപിച്ചു വഴക്കുണ്ടാക്കുന്ന ആളാണെന്നു സാക്ഷികൾ പറഞ്ഞു.

ദിവസവും സ്വന്തം അമ്മയുമായി വഴക്കുണ്ടാക്കാറുണ്ട്. ഒരുനാൾ അയാൾ സ്കൂളിൽ ചെന്ന് ജോലി ചെയ്യാനൊരുങ്ങി. എന്നാൽ ലീവ് എടുക്കാതെ വളരെ നാൾ സ്കൂളിൽ വരാത്ത അയാളെ ഹെഡ്മാസ്റ്റർ ജോലിയിൽ പ്രവേശിപ്പിച്ചില്ല. തിരികെപോന്ന വേലായുധൻ ഹെഡ്മാസ്റ്റർക്കെതിരെ കേസുകൊടുക്കാൻ ആലോചിച്ചു നടന്നിരുന്നു. കേസു കൊടുക്കാനുള്ള പണം കണ്ടെത്താൻ തന്റെ വസ്തു വില്ക്കാനും അയാൾ ആലോചിച്ചിരുന്നു. അതുസംബന്ധിച്ചാണോ വഴക്ക് ഉണ്ടായത് അമ്മയും മകനും തമ്മിൽ എന്ന് സാക്ഷികൾക്ക് നിശ്ചയമില്ല.

ഏതായാലും വേലായുധൻ നായരുടെ പേരിൽ മാതൃഹത്യയ്ക്ക് പൊലീസ് കേസ് എടുത്തു. ഒന്നാം സാക്ഷി സ്വന്തം സഹോദരൻ. എന്നാൽ കോടതിയിൽ അയാൾ കൂറുമാറി. മാത്രമല്ല അമ്മയ്ക്ക് ഇതിനുമുൻപ് രണ്ടുതവണ ആത്മഹത്യാപ്രവണത ഉണ്ടായിരുന്നതായി അയാൾ പറഞ്ഞു. അതിൽ ഒരു തവണ അമ്മ കിണറ്റിൽ ചാടിയപ്പോൾ അയൽപക്കത്തെ സ്ത്രീയാണ് രക്ഷിച്ചതെന്നും പറഞ്ഞു.

തെങ്ങുകയറ്റക്കാരനും പുല്ലരിയുന്നവനും വേലായുധൻ നായർക്കെതിരായി കോടതിയിൽ ഒന്നും പറഞ്ഞില്ല. സാഹചര്യത്തെളിവുകൾ അവർ നിഷേധിച്ചു. അമ്മയും മകനുമായി വഴക്കുണ്ടാകാറുണ്ട് എന്നും പ്രതി മദ്യപാനിയാണ് എന്നും പൊലീസിൽ പറഞ്ഞിട്ടില്ല എന്നായിരുന്നു അവരുടെ നിലപാട്.

മൃതശരീരത്തിൽ കാണപ്പെട്ട കയർ വളരെ നനുത്തതായിരുന്നു. ഒരു ബെഡ്ഷീറ്റിന്റെ കഷ്ണവും ശരീരത്തിൽ കണ്ടെത്തിയിരുന്നു. അതെല്ലാം ദുർബ്ബലമായ തെളിവുകളായിരുന്നു.

സംശയത്തിന്റെ ആനുകൂല്യം നൽകി വേലായുധൻ നായരെ കോടതിവിധിയനുസരിച്ച് വെറുതെ വിട്ടു.

ഒരു പാതിരാകൊലപാതകം

കൃഷ്ണൻകുട്ടിനായർ ഭാര്യ മംഗളകുമാരിയെ ഒരു കുറുവടി കൊണ്ട് തലയ്ക്കടിച്ചു കൊലപ്പെടുത്തി എന്നായിരുന്നു പ്രോസി ക്യൂഷൻ കേസ്. സംഭവം നടന്നപ്പോൾ രാത്രി 11 മണി കഴിഞ്ഞി രുന്നു. തൊട്ടടുത്ത് താമസിക്കുന്ന ബാലകൃഷ്ണൻ നായരോട് ചെന്ന് അയാൾ വിവരം പറഞ്ഞു. രാത്രി തന്നെ ശവം മറവു ചെയ്യാൻ സഹായിക്കണമെന്നും ആവശ്യപ്പെട്ടു. എന്നാൽ ബാല കൃഷ്ണൻ നായർ സഹായിച്ചില്ല. കൃഷ്ണൻകുട്ടിനായർ ഒരു ടോർച്ചും വാങ്ങി സ്ഥലം വിട്ടു. വിവരം കേട്ടു സ്തബ്ധനായ ബാലകൃഷ്ണൻ നായർ തന്റെ വീട്ടുമുറ്റത്തുതന്നെ നിന്നു. അയാൾക്കുറക്കം വന്നില്ല. കുറെസമയം കഴിഞ്ഞപ്പോൾ അകലെ ഇലകൾ അനങ്ങുന്ന ശബ്ദം. നിലാവെളിച്ചത്തിൽ ആരോ മൂന്നു പേർ ഒരാളെ താങ്ങിപ്പിടിച്ചുകൊണ്ടുപോവുന്നു. അവർ കൃഷ്ണൻ കുട്ടി നായരുടെ സഹോദരന്മാരാണ് എന്നു മനസ്സിലായി. അവരി ലൊരാൾ ഇടയ്ക്ക് ഒരു ടോർച്ച് തെളിക്കുന്നുമുണ്ടായിരുന്നു. ബാലകൃഷ്ണൻ നായർ അകത്തുകയറി കതകടച്ചു. പിറ്റേന്ന് നേരം വെളുത്തപ്പോൾ ബാലകൃഷ്ണൻനായരുടെ വീട്ടിൽനിന്നും ഒരു വിളിപ്പാടകലെ ഒരാൾക്കൂട്ടം. ഒരു പ്ലാവിന്റെ കൊമ്പിൽ മംഗള കുമാരിയുടെ ദേഹം ഒരു കയറിൽ തൂങ്ങിക്കിടക്കുന്നു. മൂക്കിൽ നിന്ന് വന്ന രക്തം പ്ലാവിന്റെ ഇലകളിൽ വീണിട്ടുണ്ട്. കീഴ്ച്ചുണ്ട് കടിച്ചുപൊട്ടി വീർത്തിട്ടുണ്ട്.

ബാലകൃഷ്ണൻ നായരുടെ മൊഴി രേഖപ്പെടുത്തി പൊലീസ് കേസ് രജിസ്റ്റർ ചെയ്തു. മൃതശരീരം പോസ്റ്റ്മോർട്ടം ചെയ്തു. മംഗളകുമാരിയുടെ തലയ്ക്കടിച്ച വടി കൃഷ്ണൻകുട്ടി നായരുടെ വീട്ടുപരിസരത്തുനിന്നു കണ്ടെടുത്തു. അയാളുടെ വീട്ടിലെ ചാണം മെഴുകിയ തറയിലെ ചോരപ്പാടുകൾ മൺതരികൾ സഹിതം ബന്തവസ്സിലെടുത്തു. മംഗളകുമാരിയുടെ വസ്ത്രങ്ങളും

തൂങ്ങിയ കയറും ഒരു ടോർച്ചും രക്തം പുരണ്ട പ്ലാവിലകളും കോടതിയിൽ ഹാജരാക്കപ്പെട്ടു.

ബാലകൃഷ്ണൻ നായരെക്കൂടാതെ മറ്റു രണ്ടുപേർ കൂടി രാത്രി ഒരു മൃതദേഹം കൃഷ്ണൻകുട്ടി നായരുടെ മൂന്നു സഹോദരന്മാർ ചുമന്നു കൊണ്ടുപോവുന്നത് കണ്ടതായി മൊഴി നൽകി.

കൃഷ്ണൻകുട്ടി നായരും മൂന്നു സഹോദരന്മാരും ചേർന്ന് മംഗളകുമാരിയെ തലയ്ക്കടിച്ചുകൊന്ന് പ്ലാവിൽ കെട്ടിതൂക്കി തെളിവു നശിപ്പിച്ചു എന്നായിരുന്നു കേസ്.

ബാലകൃഷ്ണൻ നായർ കോടതിയിൽ നടന്ന കാര്യം പറഞ്ഞു. ടോർച്ച് കൊടുക്കുന്നതിനു മുൻപ് മംഗളകുമാരിയുടെ വീട്ടിൽ നിന്ന് 'അയ്യോ, അയ്യോ എന്നെ കൊല്ലുന്നേ' എന്ന നിലവിളി കേട്ടതായും പറഞ്ഞു. താൻ ഇക്കാര്യം ഭാര്യയോടും വീട്ടിൽ മറ്റാരോടും പറഞ്ഞില്ല. തൊട്ടടുത്തു താമസിക്കുന്ന വാമദേവനോട് മാത്രം പറഞ്ഞു. രാത്രി 12 മണിക്ക് കുറച്ചുപേർ ടോർച്ച് ലൈറ്റടിച്ച് ഇരുട്ടിൽ മറയുന്നതു കണ്ടതായി വാമദേവനും പറഞ്ഞു. സുരേന്ദ്രൻ ഒരു കാവൽക്കാരനായിരുന്നു. അയാൾ ടോർച്ച് ലൈറ്റിന്റെ പ്രകാശവും പിന്നീട് ഒരാൾ പ്ലാവിൽ കയറുന്നതും കണ്ടതായി പറഞ്ഞു.

മംഗളകുമാരിയുടെ അച്ഛനേയും കോടതിയിൽ സാക്ഷിയായി വിസ്തരിച്ചു. മംഗളകുമാരിയുടേത് ഒരു പ്രേമവിവാഹമായിരുന്നു. താൻ മകളെ കാണാൻ പോവാറുണ്ട്. മകളെ ഭർത്താവ് താൻ കൊടുത്ത വസ്തു വില്ക്കാൻ നിർബന്ധിക്കുന്നതായും അതിന്റെ പേരിൽ ഭർത്താവ് മകളെ മർദ്ദിക്കുന്നതായും പരാതി പറഞ്ഞിരുന്നു.

പ്രതിഭാഗം മംഗളകുമാരിയുടെ മരണം ആത്മഹത്യയാണെന്നും വാദിച്ചു. പോസ്റ്റ്മോർട്ടം റിപ്പോർട്ടിൽ കഴുത്തിലെ രക്തധമനികൾ വരിഞ്ഞുമുറുകിയാണ് മരണം സംഭവിച്ചതെന്ന് പറയുന്നുണ്ട്. കീഴ്ച്ചുണ്ട് കടിച്ചിരുന്നതും തുടകളിലെ പരിക്കുകളും വിരൽ ചൂണ്ടുന്നത് ആത്മഹത്യയിലേക്കാണ്. കുറുവടി കൊണ്ട് തലയ്ക്കടിച്ച പരുക്കുകൾ ഇല്ലായിരുന്നു. ആന്തരികമായ പരുക്കുകളും ദൃശ്യമല്ല. തലമുടിയുള്ളതിനാലാണ് തലയ്ക്ക് മുറിവ് ദൃശ്യമാകാതിരുന്നത് എന്ന് പ്രോസിക്യൂഷൻ വാദിച്ചു. മംഗളകുമാരിക്ക് കുട്ടികൾ ഉണ്ടാവാൻ സാധ്യതയില്ലെന്ന ഒരു ഡോക്ടറുടെ അഭിപ്രായവും ആത്മഹത്യയ്ക്ക് ഉപോൽബലകമായി പ്രതിഭാഗം എടുത്തുകാട്ടി.

മൂന്നു സാക്ഷികളുടെ സാഹചര്യത്തെളിവുകളാണ് പ്രധാനമായി പ്രോസിക്യൂഷൻ ആശ്രയിച്ചത്. ഒന്നാംസാക്ഷി ആയിരുന്ന ബാലകൃഷ്ണൻ നായരുടെ മൊഴി വിശദമായി പരിശോധിച്ചു. ഒന്നാം പ്രതി അയാളോട് കുറ്റസമ്മതം നടത്തിയിരുന്നു. അയാൾക്ക് 1-ാം സാക്ഷി ടോർച്ചും കൊടുത്തു. ആ ടോർച്ച് പിന്നീട് ഒരു ചായക്കടയിൽ 1-ാം പ്രതി പണയം വച്ച നിലയിൽ പൊലീസ് കണ്ടെടുത്തിരുന്നു. എന്നാൽ ഇത്രയും ഞെട്ടിക്കുന്ന വിവരങ്ങൾ 1-ാം സാക്ഷി വീട്ടിൽ ആരോടും പറഞ്ഞില്ല എന്ന വസ്തുത നമ്മുടെ പുരികം ഉയർത്തുന്നു. നിലാവെളിച്ചത്തിലാണ് അയാൾ സംഭവം കാണുന്നത്. എന്നാൽ പിന്നെ പ്രതികൾക്ക് ടോർച്ചിന്റെ ആവശ്യമെന്ത്? നിലാവെളിച്ചത്തിൽ ചെറിയ അകലത്തിൽ നിന്നു മാത്രമേ ആളുകളെ തിരിച്ചറിയാൻ കഴിയൂ എന്ന സുപ്രീംകോടതി ഒരിക്കൽ പറഞ്ഞത് പ്രതികൾക്ക് അനുകൂലമായി വ്യാഖ്യാനിക്കപ്പെട്ടു.

സാഹചര്യത്തെളിവുകൾ ആശ്രയിക്കുമ്പോൾ കുറ്റകൃത്യത്തിനു പ്രേരണയായ കാര്യംകൂടി തെളിയിക്കപ്പെടണം. മംഗളകുമാരിക്ക് അച്ഛൻ കൊടുത്ത 30 സെന്റ് സ്ഥലം വില്ക്കാൻ സമ്മതിക്കാത്തതിനാലാണ് പ്രതികൾ ഈ ക്രൂരകൃത്യം ചെയ്തത് എന്നാണ് ആരോപിക്കപ്പെട്ടിരുന്നത്. എന്നാൽ മംഗളകുമാരിക്ക് അച്ഛൻ സ്ഥലം കൊടുത്തു എന്നതിന് തെളിവ് ഇല്ലായിരുന്നു. മംഗളകുമാരി ആത്മഹത്യ ചെയ്യാനുള്ള സാധ്യത തള്ളിക്കളയാൻ പറ്റുന്നതല്ല. വാദി ഭാഗത്തിന്റെ ദുർബ്ബലമായ തെളിവിൽ പ്രതികൾ കുറ്റക്കാരാണ് എന്നു പറയുക വയ്യ. സംശയത്തിന്റെ ആനുകൂല്യം പ്രതികൾക്കുള്ളതാണ്.

നാലുപ്രതികളേയും വെറുതെ വിട്ടുകൊണ്ട് കോടതി വിധി പ്രസ്താവിച്ചു.

മകളുടെ കൊലപാതകവും ആത്മഹത്യാശ്രമവും

വിശ്വനാഥക്കുറുപ്പും രണ്ടാം ഭാര്യ ഗോമതി അമ്മയും സ്വൈര്യമായാണ് ജീവിച്ചിരുന്നത്. ആദ്യഭാര്യ മരിച്ചുപോയി. അതിൽ ശ്രീകല എന്ന പെൺകുട്ടി അവളുടെ അമ്മൂമ്മയുടെ വീട്ടിലാണ് താമസം. സജീവ് എന്ന ആൺകുട്ടി കുറുപ്പിന്റെ കൂടെ. ഗോമതി അമ്മയുടെ കൂടെ ബീന എന്ന പെൺകുട്ടി താമസിക്കുന്നു.

ഒരു ദിവസം ശ്രീകലയെയും കൊണ്ട് അമ്മൂമ്മ വന്ന ദിവസമാണ് പ്രശ്നങ്ങൾ തുടങ്ങിയത്. ശ്രീകല അന്ന് ഊണുകഴിച്ചു. പിന്നീട് ഉണ്ണാൻ ഇരുന്ന സജീവിന് മോര് തീർന്നുപോയിരുന്നു. അവൻ വാശിപിടിച്ചപ്പോൾ കുറുപ്പ് അടുത്തുള്ള കടയിൽപോയി മോര് വാങ്ങിവന്നു.

എന്നാൽ സജീവിന്റെ വാശി ഗോമതി അമ്മയെ ചൊടിപ്പിച്ചു. അവർ സജീവിനെ കണക്കിന് ശകാരിച്ചു. അതുകേട്ട് സജീവ് ഉറക്കെ കരഞ്ഞു. രണ്ടാനമ്മയുടെ അകാരണമായ ശകാരം കുറുപ്പിന് പിടിച്ചില്ല. അയാൾ ഭാര്യയെ ചോദ്യം ചെയ്തു. മാത്രമല്ല കരണത്ത് അടിക്കുകയും ചെയ്തു. അതുമിതും പറഞ്ഞ് അവർ തമ്മിൽ വാക്കേറ്റമുണ്ടായി. എന്തിന്, ഗോമതിയുമായുള്ള ബന്ധം വേർപെടുത്തുമെന്ന് കുറുപ്പ് ഭീഷണി മുഴക്കി. അയാൾ പുറത്തേക്കിറങ്ങി പോകുമ്പോൾ പറഞ്ഞു, തിരിച്ചുവരുമ്പോൾ ഗോമതിയെ ആ വീട്ടിൽ കണ്ടേക്കരുത് എന്ന്.

കുറുപ്പ് കടയിൽ പോയി സാധനങ്ങൾ വാങ്ങി തിരികെ വീട്ടിൽ എത്തിയപ്പോൾ വൈകുന്നേരമായി. വീട് അടച്ചിരുന്നു. ആരേയും അവിടെ കണ്ടില്ല. അയാൾ അടുത്തുള്ള വീട്ടിലെല്ലാം അന്വേഷിച്ചു. തിരികെ തന്റെ സുഹൃത്തുക്കളുമായി എത്തി. ഗോമതിയേയും കുട്ടികളേയും കാണാനില്ലായിരുന്നു. വീടിന്റെ

വാതിൽ മുട്ടിയപ്പോൾ അകത്തുനിന്ന് കുറ്റിയിട്ടതായി മനസ്സിലായി. കൂടെയുള്ള ഒരാൾ ജനലിൽകൂടി നോക്കിയപ്പോൾ ഇളയ കുട്ടി ബീന ചോരയിൽ കുളിച്ചു കിടക്കുന്നു. തൊട്ടടുത്ത് ഗോമതിയും. ഉടൻ വാതിൽ ബലം പ്രയോഗിച്ച് ചവിട്ടി തുറന്നു. അടുക്കള വഴി അകത്തു പ്രവേശിച്ചു. ബീന കഴുത്തറുത്തു കൊല ചെയ്യപ്പെട്ടതായി മനസ്സിലായി. ഗോമതി അബോധാവസ്ഥയിലാണ്. മുറിയിൽ ലോഷൻ മണക്കുന്നുണ്ട്. അവർ കുറച്ചുവെള്ളം ഗോമതിയുടെ മുഖത്തു തളിച്ചു. കുടിക്കാനും കൊടുത്തു. സാവധാനം ഗോമതി കണ്ണു തുറന്നു. ബോധം തിരികെ കിട്ടിയപ്പോൾ അവർ പറഞ്ഞു. താൻ ബീനയെ കൊന്നു എന്ന്. മാത്രമല്ല അടുത്തു കിടന്നിരുന്ന വെട്ടുകത്തി എടുക്കാൻ ശ്രമിച്ചു. സ്വയം മരിക്കും എന്ന് അലമുറയിട്ടു.

ഗോമതിയെ ഒരു കാറിൽ ആശുപത്രിൽ കൊണ്ടുപോയി. പൊലീസിന് വിവരം അറിയിച്ചു. ബീനയുടെ ദേഹം പോസ്റ്റ് മോർട്ടം ചെയ്തു. കഴുത്തിന് വെട്ടേറ്റാണ് ബീന മരിച്ചത് എന്ന് വെളിവായി. അവൾ കിടന്നിരുന്ന മുറിയിൽ നിന്ന് ലോഷന്റെ കുപ്പിയും കണ്ടെടുത്തു. ഗോമതി ആത്മഹത്യ ചെയ്യാൻ ലോഷൻ കുടിച്ചതായും മനസ്സിലായി. ഗോമതി രക്ഷപ്പെട്ടു.

പൊലീസ് രണ്ടു കുറ്റത്തിന് ഗോമതിയുടെ പേരിൽ ചാർജ്ജുഷീറ്റു നൽകി. ഒന്ന് മകളെ വെട്ടിക്കൊലപ്പെടുത്തി. രണ്ട് ആത്മഹത്യാശ്രമം. കോടതിയിൽ പ്രോസിക്യൂഷൻ അവലംബിച്ചത് കുറുപ്പിന്റെയും സുഹൃത്തുക്കളുടേയും മൊഴികളായിരുന്നു. ഗോമതിയുടെ കുറ്റസമ്മതം കേട്ടത് അവർ ആയിരുന്നല്ലോ.

സാക്ഷികൾ ഒന്നൊന്നായി വിസ്തരിക്കപ്പെട്ടു. കുറുപ്പ് തന്നോട് ഗോമതി അമ്മ കുറ്റസമ്മതം നടത്തിയതായി പറഞ്ഞു. എന്നാൽ സുഹൃത്തുക്കൾ പറഞ്ഞത് ഗോമതിക്ക് ആശുപത്രിയിൽ വച്ചാണ് ബോധം തെളിഞ്ഞത് എന്നാണ്. ഗോമതിയെ കാറിൽ കയറ്റിക്കൊണ്ടുപോയപ്പോഴും അവർക്ക് ബോധമില്ലായിരുന്നു. അടുക്കള വാതിൽ അകത്തുനിന്നല്ല പൂട്ടിയത് പുറത്തുനിന്നാണ് തുറന്നത് എന്നും മറ്റൊരു സാക്ഷി പറഞ്ഞു. ലോഷൻ കുടിച്ച് ഗോമതി ആത്മഹത്യാശ്രമം നടത്തിയതും തെളിയിക്കാൻ സാധിച്ചില്ല. കുപ്പിയിൽ ഉള്ള ദ്രാവകം രാസപരിശോധന നടത്തിയിരുന്നില്ല. മുറിയിൽ നിന്ന് കണ്ടെടുത്ത വെട്ടുകത്തിയെ ശാസ്ത്രീയപരിശോധനയ്ക്ക് വിധേയമാക്കിയില്ല. വിരൽപാടുകൾ തെളിയിക്കപ്പെട്ടില്ല.

നേരിട്ടു തെളിവില്ലാത്ത ഈ കേസിൽ സാഹചര്യത്തെളിവ് ദുർബ്ബലമായിരുന്നു. കുറുപ്പിനോട് പ്രതിതന്നെ നടത്തിയ കുറ്റസമ്മതം സംശയാതീതമായി തെളിയിക്കപ്പെട്ടില്ല. ഗോമതി മകളെ കൊല്ലേണ്ട സാഹചര്യവും ആവശ്യവും കോടതിക്ക് ബോധ്യപ്പെട്ടില്ല.

കോടതി ഗോമതിയെ വെറുതെ വിട്ടു.

ശിശുഹത്യ

നടരാജനും ബാബുവും കൂടി രാത്രി നടന്നുപോവുകയായിരുന്നു. റോഡിൽ വെളിച്ചം കുറവായിരുന്നു. കടകൾ മിക്കവാറും അടച്ചിരുന്നു. നടരാജൻ തന്റെ കൈയിലുണ്ടായിരുന്ന ടോർച്ച് ലൈറ്റിന്റെ പ്രകാശത്തിൽ അകലെ ഒരു സ്ത്രീ റോഡരുകിൽ ഇരിക്കുന്നതായി കണ്ടു. ടോർച്ചിന്റെ പ്രകാശം കണ്ടയുടൻ ചെറുപ്പക്കാരിയായ സ്ത്രീ എഴുന്നേറ്റ് വേഗത്തിൽ നടക്കാൻ തുടങ്ങി. അവരുടെ അടുത്ത് ഒരു കുട്ടയും കാണപ്പെട്ടു. നടരാജനും സുഹൃത്തും നടത്തം വേഗത്തിലാക്കി. ആ സ്ത്രീയുടെ അടുത്തു കണ്ട കുട്ടയിൽ നിന്ന് ഒരു പിഞ്ചുകുഞ്ഞിന്റെ നിലവിളി ഉയർന്നപ്പോൾ നടരാജൻ ആ കുട്ടയിലേക്ക് ടോർച്ചടിച്ചു. ഒരു നവജാതശിശു ആയിരുന്നു അകത്ത്. വായിൽനിന്ന് രക്തം വരുന്നുണ്ട്. കഴുത്തിലും മറ്റും മുറിവുകളുമുണ്ട്. നടരാജനും ബാബുവും ആ സ്ത്രീയുടെ അടുത്തേക്ക് ഓടി. ഇതു കണ്ട ടൈറ്റസ് എന്ന ഒരാൾ ആ സ്ത്രീയെ തടഞ്ഞു.

കുട്ടയിൽ കണ്ട കുഞ്ഞ് താൻ കഴിഞ്ഞദിവസം എസ്.ഏ.റ്റി. ആശുപത്രിയിൽ പ്രസവിച്ചതാണെന്നും താൻ ഭർത്താവില്ലാത്ത സ്ത്രീ ആണെന്നും അവൾ പറഞ്ഞു. കുഞ്ഞിന്റെ കഴുത്തിൽ താൻ ബലമായി പിടിച്ചപ്പോഴാണ് രക്തം വന്നതെന്നും അവൾ പറഞ്ഞു.

നടരാജൻ വിവരം പൊലീസിൽ അറിയിച്ചു. കുട്ടയും കുട്ടിയും പൊലീസ് ബന്തവസ്സിലെടുത്തു. കുട്ടിയെ ഉടൻ ആശുപത്രിയിലാക്കി. ഏഴാം ദിവസം കുട്ടി മരിച്ചു. ഡോക്ടർ പോസ്റ്റ്മോർട്ടവും നടത്തി. മുറിവുകൾ നിമിത്തമുള്ള അണുബാധയെ തുടർന്നാണ് കുട്ടി മരിച്ചതെന്ന് ഡോക്ടർ പറഞ്ഞു.

സ്ത്രീയേയും ഡോക്ടർ പരിശോധിച്ചു. ശിശുഹത്യയ്ക്ക് പൊലീസ് സ്ത്രീയുടെ പേരിൽ കേസ് എടുത്തു. അംബിക

എന്നായിരുന്നു അവളുടെ പേര്. മേരി എന്നും അവൾ അറിയപ്പെട്ടിരുന്നു എന്ന് ചില സാക്ഷികൾ പറഞ്ഞു. പൊലീസിന്റെ അന്വേഷണത്തിൽ അംബികാ വിജയൻ എന്നയാളുടെ വീട്ടിൽ ജോലി ചെയ്ത് താമസിച്ചതായി അറിവായി. വിജയൻ വിഭാര്യനായിരുന്നു. അംബികയുടെ ഭർത്താവ് കൊല്ലങ്ങൾക്ക് മുമ്പ് അവളെ ഉപേക്ഷിച്ചുപോയിരുന്നു.

പൊലീസ് രേഖകൾ പ്രകാരം അംബികയുടെ കുറ്റസമ്മതമൊഴിയായിരുന്നു പ്രധാന തെളിവ്. എന്നാൽ വിസ്താരവേളയിൽ സാക്ഷിമൊഴികളിൽ പൊരുത്തക്കേടുകൾ വന്നു. നടരാജൻ നൽകിയ മൊഴിക്ക് അനുസൃതമായിട്ടല്ല ബാബുവും ടൈറ്റസും പറഞ്ഞത്. നാലാംസാക്ഷിയായി വിസ്തരിച്ച റോസമ്മ അംബികയുടെ പെറ്റമ്മയായിരുന്നു. അംബികയ്ക്ക് ചെല്ലപ്പൻ എന്ന ഭർത്താവും രണ്ടുകുട്ടികളുമുണ്ടെന്നും അവർ തന്റെ കൂടെ താമസിക്കുന്നു എന്നും റോസമ്മ പറഞ്ഞു. റോസമ്മയെ കൂറുമാറിയ സാക്ഷിയായി പ്രഖ്യാപിച്ചു. റോസമ്മയുടെ മൊഴി മിക്കവാറും അംബികയ്ക്ക് അനുകൂലമായിരുന്നു.

അംബിക എന്നാണ് പ്രസവിച്ചത് എന്ന തെളിവ് കോടതിയിൽ ഹാജരാക്കിയിരുന്നില്ല. പ്രസവം എടുത്ത ഡോക്ടറെ വിസ്തരിച്ചിരുന്നില്ല. കുട്ടി മരിച്ചത് അണുബാധമൂലമായിരുന്നു. പരിക്കുകളുടെ കാഠിന്യമാണ് അണുബാധയിലേക്ക് നയിച്ചത്. ശ്വാസം മുട്ടിച്ചാണ് കുട്ടിയെ കൊലപ്പെടുത്തിയത് എന്നുള്ളതിനുള്ള ശാസ്ത്രീയമായ തെളിവുകൾ ഹാജരാക്കുന്നതിൽ പ്രോസിക്യൂഷൻ പരാജയപ്പെട്ടു. കഴുത്തിൽ ശക്തമായി അമർത്തിയാൽ കഴുത്തിലെ അസ്ഥിപൊട്ടാൻ സാധ്യത ഉണ്ടെന്നു ഡോക്ടർ പറഞ്ഞു. എന്നാൽ കുട്ടിയുടെ കഴുത്തിലെ അസ്ഥി പൊട്ടിയിരുന്നില്ല. നഖത്തിന്റെ പാടുകളും കഴുത്തിൽ ദൃശ്യമായിരുന്നില്ല.

അംബികയ്ക്ക് അവിഹിതവേഴ്ചയിൽ ജനിച്ച കുട്ടിയാണ് മരിച്ചത് എന്നും സംശയാതീതമായി തെളിയിക്കപ്പെട്ടില്ല. അംബികയുടെ കൂടെ താമസിച്ചിരുന്ന വിജയനെ വിസ്തരിച്ചില്ല.

സംശയത്തിന്റെ ആനുകൂല്യം നൽകി അംബികയെ വെറുതെ വിടുകയാണുണ്ടായത്.

കനകം മൂലം കാമിനി മൂലം

രാജമ്മ പള്ളിയിൽ വച്ചാണ് ആ വിവരം അറിഞ്ഞത്. തന്റെ മകൾ രത്നശെൽവം കൊല്ലപ്പെട്ടിരിക്കുന്നു. മകൾ താമസിച്ചിരുന്ന സത്യനേശന്റെ (ഭർത്താവ്) വീട്ടിൽ എത്താൻ അവർക്ക് അധികസമയം വേണ്ടിവന്നില്ല. മകളുടെ മുറിയിൽ തറയിൽ മലർന്നു കിടന്നിരുന്ന മൃതദേഹത്തിലെ ആഭരണങ്ങൾ നഷ്ടപ്പെട്ടിരുന്നു. കാതുകൾ രണ്ടും മുറിച്ച നിലയിലായിരുന്നു. കഴുത്തിലെ മാലയും കാണ്മാനില്ലായിരുന്നു. കഴുത്തിൽ ഒരു തോർത്ത്മുണ്ട് ചുറ്റി ശ്വാസംമുട്ടിച്ചാണ് രത്നശെൽവത്തെ കൊലപ്പെടുത്തിയതെന്ന് ഒറ്റനോട്ടത്തിൽ ആർക്കും മനസ്സിലാകുമായിരുന്നു. കാരണം ആ തോർത്ത് കഴുത്തിൽ ചുറ്റിയ നിലയിലാണ് ദേഹം കിടന്നിരുന്നത്.

പൊലീസ് സ്ഥലത്തെത്തി മൃതദേഹം പോസ്റ്റ്മോർട്ടം നടത്താനുള്ള നടപടികൾ എടുത്തു. വീട്ടിൽ ആ സമയം ആരുമില്ലായിരുന്നു. രാവിലെ ആ വീട്ടിൽനിന്ന് ഭർത്താവ് ഇറങ്ങിപ്പോകുന്നത് കണ്ടവരുണ്ട്. പൊലീസ് നായ സ്ഥലത്തെത്തി മണം പിടിച്ചു. സത്യനേശന്റെ അടുത്തെത്തി അയാളുടെ ദേഹത്തേക്ക് ചാടി വീണിരുന്നു.

പൊലീസ് ചുറ്റുമുള്ളവരെ ചോദ്യം ചെയ്യാൻ തുടങ്ങിയപ്പോൾ കാര്യങ്ങൾ വളരെ വ്യക്തമായി. രത്നശെൽവം-സത്യനേശന്മാരുടെ വിവാഹം കഴിഞ്ഞിട്ട് ഒരു വർഷമേ ആയിട്ടുള്ളൂ. രത്നശെൽവത്തിന്റെ അമ്മ രാജമ്മയോട് പലപ്പോഴും തന്റെ ഭർത്താവ് ആഭരണങ്ങൾ പണയം വക്കാൻ ആവശ്യപ്പെടാറുണ്ട് എന്ന് പറഞ്ഞിരുന്നു. സത്യനേശൻ ഭാര്യയുടെ മാല എടുത്ത് ഒരിക്കൽ വിറ്റിരുന്നു. പിന്നീട് പണികഴിപ്പിച്ചതാണ് അവൾ ധരിച്ചിരുന്ന ഒരു പവൻ തൂക്കം വരുന്ന മാലയും രണ്ട് കമ്മലുകളും. ഈ ആഭരണങ്ങൾ ഭർത്താവിന് കൊടുക്കാൻ അവൾ തയ്യാറായിരുന്നില്ല.

അതിനെത്തുടർന്ന് അവർ തമ്മിലുള്ള വാക്കുതർക്കവും വഴക്കും കേട്ട ഒരു സാക്ഷിയുണ്ട്. അയാൾ രാവിലെ പണിക്കുപോവുന്നത് ഇവരുടെ മുറ്റത്തുകൂടിയാണ്. സംഭവത്തിനുമുമ്പ്

അയാൾ ഇതു സംബന്ധിച്ചുള്ള വാഗ്വാദങ്ങൾ കേട്ടിരുന്നു. തന്നെ കൊന്നാലും ഈ മാല തരില്ല എന്നാണവൾ പറഞ്ഞത്. സംഭവ ദിവസം അതിരാവിലെ അടുത്തുള്ള ഒരു കനാലിൽ സത്യ നേശൻ കൈകഴുകുന്നതു കണ്ടവരുണ്ട്. അയാൾ തൊട്ടടുത്ത ചായക്കടയിൽ നിന്ന് കാപ്പിയും അപ്പവും കഴിച്ചിരുന്നു. അപ്പവും കറിയും അയാൾ വീട്ടിലേക്കും വാങ്ങിച്ചുകൊണ്ടുപോയി എന്ന് ചായക്കടക്കാരൻ പറഞ്ഞു.

സത്യനേശനെ പൊലീസ് അറസ്റ്റ് ചെയ്തു ചോദ്യം ചെയ്തു. രത്നശെൽവത്തിന്റെ മാലയും കമ്മലും ഒളിപ്പിച്ചുവെച്ചിരുന്ന സ്ഥലം അയാൾ കാണിച്ചുകൊടുത്തു. അയാളുടെ പറമ്പിന്റെ അതിർത്തിയിലുണ്ടായിരുന്ന പൊളിഞ്ഞ മതിലിൽ രണ്ടു കല്ലു കൾ മാറ്റി അയാൾ ഒരു പൊതി പൊലീസിന്റേയും സാക്ഷികളു ടേയും സാന്നിദ്ധ്യത്തിൽ പുറത്തെടുത്തു. ഒരു പഴയ കവറിൽ ഒരു മാലയും രണ്ടു കമ്മലും സൂക്ഷിച്ചിരുന്നു. അവ രത്നശെൽവ ത്തിന്റെയാണ് എന്ന് സ്ഥിരീകരിച്ചു.

പോസ്റ്റ്മോർട്ടം റിപ്പോർട്ടിൽ ശ്വാസംമുട്ടിയാണ് മരണം എന്ന് പറഞ്ഞിരുന്നു. സത്യനേശൻതന്നെ കാണിച്ചുകൊടുത്ത കത്തി പൊലീസ് രാസപരിശോധനയ്ക്കയച്ചു. അതിൽ മനുഷ്യരക്തം കാണപ്പെട്ടതായി റിപ്പോർട്ടുവന്നു.

കേസിന്റെ വിസ്താരവേളയിൽ ഭാര്യയുടെ ആഭരണങ്ങൾ മൃതശരീരത്തിൽ ഉണ്ടായിരുന്നില്ല എന്ന് സത്യനേശൻ പറഞ്ഞി രുന്നു. മരണത്തിന് തൊട്ട്മുമ്പ് രത്നശെൽവം ഈ ആഭരണ ങ്ങൾ ധരിച്ചിരുന്നതായി സാക്ഷികൾ കോടതിയിൽ പറഞ്ഞു. ഈ ആഭരണങ്ങൾ രത്നശെൽവത്തിന്റേതാണ് എന്നുള്ളതിന് തർക്കമില്ലായിരുന്നു. അവ മറ്റാർക്കും അറിയാത്ത ഒരു സ്ഥലത്ത് സത്യനേശൻ ഒളിപ്പിച്ചുവച്ചതായും കോടതി കണ്ടെത്തി. ഈ വിവരം പ്രതിക്കുമാത്രം അറിയാവുന്ന ഒന്നാണെന്നും അത് കുറ്റ കൃത്യവുമായി അഭേദ്യമായി ബന്ധമുള്ളതാണെന്നും കോടതി കണ്ടെത്തി. രത്നശെൽവം മരിക്കുന്നതിനു തൊട്ടുമുൻപ് സത്യ നേശൻ അവളുടെകൂടെ ഉണ്ടായിരുന്നതായി ദൃക്സാക്ഷികൾ പറഞ്ഞു. പ്രതിയുടെ ഉദ്ദേശ്യവും സാഹചര്യത്തെളിവിൽ നിന്ന് വ്യക്തമായിരുന്നു. ആഭരണങ്ങൾ കവർന്നത് പ്രതിയാണ് എന്ന് പ്രോസിക്യൂഷൻ തെളിയിച്ച സ്ഥിതിക്ക് രത്നശെൽവത്തിന്റെ മരണം എങ്ങനെ സംഭവിച്ചു എന്ന് വിശദീകരിക്കേണ്ടത് സത്യ നേശന്റെ ബാധ്യതയായി നിയമം കരുതുന്നു. പ്രതിക്ക് അത് വിശദീകരിക്കാൻ കഴിഞ്ഞില്ല. സത്യനേശൻ തന്നെയാണ് ഭാര്യയെ കൊലപ്പെടുത്തിയത് എന്ന വസ്തുത അസന്ദിഗ്ധമായി തെളിയിക്കപ്പെട്ടു.

സത്യനേശൻ ജീവപര്യന്തം കഠിനതടവിനു ശിക്ഷിക്കപ്പെട്ടു.

മാമച്ചന്റെ കൊലപാതകം

മാമച്ചൻ കൊലക്കേസിലെ ഒന്നും രണ്ടും പ്രതികൾ മകൻ സാമുവലും മാമച്ചന്റെ ശവശരീരം പോസ്റ്റ്മോർട്ടം ചെയ്ത ഡോക്ടർ വിജയരാഘവനുമായിരുന്നു.

പ്രായംചെന്ന മാമച്ചൻ മദ്യപിക്കുമായിരുന്നു. 1981 ഏപ്രിൽ മാസം 15-ാം തിയ്യതി രാത്രി വളരെ വൈകിയാണ് മാമച്ചൻ വീട്ടിൽ വന്നത്. ഏകദേശം 11.30 മണി സമയത്ത് രണ്ടു സുഹൃത്തുക്കൾ, പാപ്പച്ചനും ജോണും താങ്ങിയാണ് വീട്ടിലെത്തിച്ചത്. മാമച്ചൻ മരിച്ച വിവരം അറിഞ്ഞെത്തിയ മരുമകൻ ജോസഫിന് കാണാൻ സാധിച്ചത് വരാന്തയിൽ കിടത്തിയിരിക്കുന്ന മാമച്ചന്റെ ശവശരീരമാണ്. നെറ്റിയിലും മറ്റു പരിക്കേറ്റ രക്തക്കറയുണ്ടായിരുന്നു. അയാളുടെ മൊഴിയുടെ അടിസ്ഥാനത്തിൽ പൊലീസ് അസ്വാഭാവിക മരണത്തിന് കേസ് എടുത്തു.

പിറ്റേദിവസം ശവമടക്കിന് സി.എസ്.ഐ. പള്ളിയിലെത്തിയ വീട്ടുകാരോട് പോസ്റ്റ്മോർട്ടം നടത്തിയശേഷം മാത്രം ശവമടക്കിയാൽ മതിയെന്ന് പള്ളി അധികാരികൾ പറഞ്ഞു. അതനുസരിച്ചാണ് ഡോക്ടർ വിജയരാഘവൻ പോസ്റ്റ്മോർട്ടം നടത്തി ശവം മറവുചെയ്യപ്പെട്ടത്.

പക്ഷേ പ്രശ്നങ്ങൾ അവിടംകൊണ്ടവസാനിച്ചില്ല. മാമച്ചൻ തൊട്ടടുത്തു പാറയിൽനിന്നു വീണു പരിക്കുപറ്റി എന്നാണ് വീട്ടുകാർ പറഞ്ഞത്. നാട്ടുകാർക്ക് അതത്ര വിശ്വാസം വന്നില്ല. അവർ പൊലീസിൽ ഒരു ഭീമഹർജി സമർപ്പിച്ചു. അതിന്റെ അടിസ്ഥാനത്തിൽ കേസ് വീണ്ടും അന്വേഷിച്ചു. അപ്പോഴാണ് അന്വേഷണ ഉദ്യോഗസ്ഥന് മനസ്സിലായത് ഡോ. വിജയരാഘവൻ മാമച്ചന്റെ ജഡം പോസ്റ്റ്മോർട്ടം ചെയ്തില്ല എന്ന്. തുടർന്ന് ആർ.ഡി.ഒ. ജഡം വീണ്ടും പോസ്റ്റ്മോർട്ടം ചെയ്യാൻ ശവക്കല്ലറ തുറക്കാൻ ഉത്തരവിട്ടു. തഹസിൽദാർ പൊലീസ് സഹായത്തോടെ ശവക്കല്ലറ തുറന്നു.

മുണ്ടും ഷർട്ടും ധരിച്ചു കാണപ്പെട്ട ദേഹം ചീഞ്ഞളിഞ്ഞ നിലയിലായിരുന്നു. മുടി മിക്കവാറും തലയോട്ടിയിൽ നിന്ന് വേർപ്പെട്ടിരുന്നു. തലയോട്ടി ആറു സെന്റിമീറ്റർ നീളത്തിൽ മുറിഞ്ഞു കാണപ്പെട്ടു. രക്തം കട്ടപിടിച്ച് ഇരുണ്ട നിറത്തിൽ തലച്ചോറിന്റെ ആവരണം നിന്നിരുന്നു. മുഖത്തിലെ അസ്ഥികൾക്ക് പൊട്ടലുണ്ടായിരുന്നു. തലയ്ക്കും നെഞ്ചിനും ഏറ്റ പരിക്കുകൾ നിമിത്തമാണ് മരണം സംഭവിച്ചതെന്ന് ഡോക്ടർ വിധിയെഴുതി.

മാമച്ചന്റെ ഭാര്യ, കൂട്ടുകാർ, പള്ളിഅധികാരികൾ, ഡോക്ടർ എന്നിവരെ ചോദ്യം ചെയ്തു. മൃതശരീരത്തിലെ വസ്ത്രങ്ങളും ഒരു അമ്മിക്കല്ല് എന്നിവയും കണ്ടെടുത്തു. അമ്മിക്കല്ലിൽ രക്തം പുരണ്ടിരുന്നു. മാമച്ചനെ സ്വന്തം മകൻ സാമുവൽ അമ്മിക്കല്ലു കൊണ്ട് ഇടിച്ചാണ് കൊലപ്പെടുത്തിയതെന്ന് പൊലീസ് കണ്ടുപിടിച്ചു. കൊലപാതകം മറച്ചുവെച്ച, ആദ്യം പോസ്റ്റ്മോർട്ടം ചെയ്യാൻ നിയോഗിച്ച ഡോക്ടർ വിജയരാഘവനെ രണ്ടാം പ്രതിയുമാക്കി. എന്നാൽ ഏതാനും ദിവസങ്ങൾക്കകം ഡോക്ടർ മരണപ്പെട്ടതിനാൽ രണ്ടാം പ്രതിയെ പൊലീസ് ഒഴിവാക്കി.

കേസിന്റെ വിചാരണയിൽ പൊലീസിന് സംഭവം തെളിയിക്കാൻ സാധിച്ചില്ല. മാമച്ചന്റെ ഭാര്യ ശോശാമ്മ കൂറുമാറി. അവർ കോടതിയിൽ പറഞ്ഞത് മാമച്ചൻ ഒരു പാറയിൽനിന്ന് താഴേക്ക് വീണു മരണപ്പെട്ടു എന്നാണ്. സെമിത്തേരിയിൽനിന്ന് പുറത്തെടുത്ത മൃതദേഹം പള്ളിഅധികാരി തിരിച്ചറിഞ്ഞില്ല. സംഭവം കണ്ടതായി സാക്ഷികൾ ആരും കോടതിയിൽ മൊഴി നൽകിയില്ല.

കേസ് തെളിയിക്കാനാകാതെ പ്രതിയെ കോടതി വെറുതെ വിട്ടു.

ഒരു കാമുകിയുടെ മരണം

ചെറുപ്പക്കാരിയും അവിവാഹിതയുമായിരുന്ന സുധ അന്നും പതിവുപോലെ ജോലിക്കുപോയി. ഒരു കരിങ്കൽ മടയിലായിരുന്നു അവൾക്ക് ജോലി. വൈകീട്ട് വീട്ടിൽ മടങ്ങിയെത്തിയപ്പോൾ എന്തോ പന്തികേടു തോന്നി. ചേച്ചി സുമതിയോടാണ് അവൾ കാര്യം പറഞ്ഞത്. ഒരു വയറുവേദന. അച്ഛനെയും കൂട്ടി അവൾ ആശുപത്രിയിൽ പോയി. ഒരു സ്വകാര്യ ആശുപത്രിയിൽ. പക്ഷേ പ്രാഥമിക പരിശോധനയ്ക്കുശേഷം അവർ കൈയൊഴിഞ്ഞു. വിദഗ്ധ പരിശോധനയ്ക്ക് സൗകര്യമില്ലാത്തതിനാൽ മറ്റൊരു ആശുപത്രിയിലേക്ക് അവൾ റഫർ ചെയ്യപ്പെട്ടു. പരിശോധനയിൽ രണ്ടുമാസമായി മാസമുറ തെറ്റിയതായി മനസ്സിലായി. യോനിയിൽനിന്നും അസഹ്യമായ ഗന്ധം വന്നിരുന്നു. സമയം കഴിയുംതോറും അവളുടെ നിലയും വഷളായിരുന്നു. ആശുപത്രി അധികൃതർ മെഡിക്കൽ കോളേജ് ആശുപത്രിയിലേക്ക് ഉടൻ കൊണ്ടുപോകാൻ ആവശ്യപ്പെട്ടു.

മെഡിക്കൽ കോളേജിൽ വെച്ചാണ് ആവൾ ആ രഹസ്യം സഹോദരിയോടു പറഞ്ഞത് കരിങ്കൽമട നടത്തുന്ന സുകുമാരനും താനുമായി ഏറെക്കാലമായി പ്രണയത്തിലാണ്. ജോലി കഴിഞ്ഞശേഷം താനും സുകുമാരനും സൽമാ ഉമ്മാൾ എന്ന സ്ത്രീയുടെ വീട്ടിൽ സന്ധിക്കാറുണ്ട്. അത് പലപ്പോഴും ലൈംഗികബന്ധത്തിന് വഴിവെച്ചു. മാസമുറ നിന്നവിവരം താൻ സുകുമാരനോട് പറഞ്ഞിരുന്നു. അപ്പോൾ സുകുമാരൻ അവളെ ആശ്വസിപ്പിച്ചു. സുകുമാരൻ ആ നാട്ടിലെ അറിയപ്പെടുന്ന ഒരു കോൺട്രാക്ടർ ആണ്. പണക്കാരനായ സുകുമാരന് ആ നാട്ടിലെ എല്ലാ സ്ഥാപനങ്ങളിലും പിടിപാടുണ്ടായിരുന്നു. പക്ഷേ സുധയുമായുള്ള ബന്ധം രഹസ്യമാക്കിവെക്കാൻ അയാൾ

ആഗ്രഹിച്ചിരുന്നു. കാരണം നാട്ടിൽ അയാൾക്ക് നിലയും വില യുമുണ്ട്. മാത്രമല്ല സുഖവും സമാധാനപൂർണ്ണവുമായ ഒരു കുടുംബജീവിതം നയിച്ചിരുന്ന സുകുമാരൻ ഈ പ്രശ്നം എങ്ങനെയെങ്കിലും പരിഹരിക്കാനാണ് ശ്രമിച്ചത്. അതിനാൽ സുകുമാരൻ സൽമാ ഉമ്മാളിനോട് കാര്യം പറഞ്ഞു. സൽമാ ഉമ്മാളാണ് നങ്ങേലി അമ്മയെ അവർക്കു പരിചയപ്പെടുത്തിയത്. നങ്ങേലി അമ്മ ഈ രംഗത്ത് അറിയപ്പെടുന്ന ഒരു സ്ത്രീ ആയി രുന്നു. പച്ച മരുന്നുകൾ ഉപയോഗിച്ച് ഗർഭം അലസിപ്പിക്കാൻ അവർ വിദഗ്ധയായിരുന്നു. അവർ കൊടുത്ത ചില ഇലകൾ മരുന്നുകൾ ചേർത്ത് സുധ ഉപയോഗിച്ചിരുന്നു.

മെഡിക്കൽ കോളേജ് ആശുപത്രിയിലെ പരിശോധനയിൽ പച്ചിലകളുടെ ദളങ്ങൾ അവളുടെ യോനിയിൽ നിന്ന് ഡോക്ടർമാർ പുറത്തെടുത്തു. പക്ഷേ ആമാശയം വീർത്ത് നീരു വെച്ചിരുന്നു. പ്രഷർ താഴ്ന്നുവന്നു. പിറ്റേദിവസം അവൾ മരിച്ചു. ഡോക്ടറുടെ അറിയിപ്പനുസരിച്ച് പൊലീസ് അസ്വാഭാവിക മരണത്തിന് കേസ് ഏറ്റെടുത്തു. സുധയുടെ മൃതദേഹം പരി ശോധിച്ച് ഇൻക്വസ്റ്റ് നടത്തി. ഗർഭച്ഛിദ്രം മൂലമുള്ള ആമാശയജ്വരം അവളെ മരണത്തിലേക്ക് നയിച്ചു. പൊലീസ് കേസന്വേഷണം ആരംഭിച്ചു. സുധയും സുകുമാരനും പ്രണയത്തിലായിരുന്നതായി കരിങ്കൽമടയിലെ തൊഴിലാളികൾ മൊഴി നൽകി. അവർ സൽമാ ഉമ്മാളിന്റെ വീട്ടിലെ നിത്യസന്ദർശകരായിരുന്നു എന്നും കണ്ടെത്തി.

സൽമാ ഉമ്മാൾ പറഞ്ഞതനുസരിച്ചാണ് അവർ നങ്ങേലി അമ്മ എന്ന സ്ത്രീയെ കണ്ടത്. സുധയെ നങ്ങേലി അമ്മ ചികിത്സിച്ചതായി സമ്മതിച്ചു. പക്ഷേ ഗർഭച്ഛിദ്രം നടത്താൻ സുധ യുടെ സമ്മതം ഉണ്ടായിരുന്നില്ലെന്ന് പൊലീസ് കണ്ടെത്തി. അങ്ങനെ ഗർഭം അലസിപ്പിച്ച് മരണത്തിൽ കലാശിച്ചതിനാൽ നങ്ങേലി അമ്മ ഒന്നാം പ്രതിയായും സുകുമാരനെ പ്രേരണാ ക്കുറ്റത്തിനും ഇന്ത്യൻ ശിക്ഷാനിയമം 109, 314 എന്നീ വകുപ്പു കൾ പ്രകാരം കുറ്റപത്രം സമർപ്പിക്കപ്പെട്ടു.

സുധയുടെ സഹോദരി സുമതി, കരിങ്കൽ മടയിലെ തൊഴി ലാളി കുമാരി, സൽമാ ഉമ്മാൾ, ചികിത്സിച്ച ഡോക്ടർ, പൊലീസ് ഉദ്യോഗസ്ഥർ എന്നിവരെ സെഷൻസ് കോടതിയിൽ സാക്ഷി കളായി വിസ്തരിച്ചു.

സൽമാ ഉമ്മാൾ കോടതിയിൽ പ്രതിഭാഗം ചേർന്ന് കൂറു മാറി. തനിക്ക് നങ്ങേലി അമ്മയെ അറിയില്ലെന്നും സുകുമാരനും സുധയും അവരുടെ വീട്ടിൽ വരാറില്ല എന്നും അവർ മൊഴി പറഞ്ഞു. സുധയും സുകുമാരനും തമ്മിലുള്ള അവിഹിതബന്ധം കോടതിയിൽ തെളിയിക്കാൻ പൊലീസിനും കഴിഞ്ഞില്ല. മാത്ര മല്ല സുധയുടെ സമ്മതമില്ലാതെയാണ് ഗർഭച്ഛിദ്രം നടന്നതെന്നും തെളിവുകിട്ടിയില്ല. നങ്ങേലി അമ്മയേയും സുകുമാരനേയും നിയമത്തിനു ശിക്ഷിക്കാൻ സാധിച്ചില്ല.

സദാചാരസീമകൾ ലംഘിച്ച സുധയുടെ ജീവിതം ബലി കൊടുക്കേണ്ടിവന്നു.

രക്തം പുരണ്ട മണ്ണ്

ബാലവാടി ടീച്ചർ കൈരളിയും ഏലിയാമ്മയും റോഡിലൂടെ നടന്നുവരികയായിരുന്നു. ജോലി കഴിഞ്ഞ് മടങ്ങുന്നവഴി അവരുടെ കൂടെ രണ്ടു കുട്ടികളും ഉണ്ട്. കൈരളിയുടെ പ്രത്യേക മാനസികാവസ്ഥ കൂട്ടുകാരിക്ക് അറിയാമായിരുന്നു. രണ്ടുദിവസം മുമ്പു മാത്രമാണ് ഭർത്താവ് ബാലൻ നായരിൽ നിന്ന് കൈരളി വിവാഹം ഒഴുമുറി വച്ചത്. അവരുടെ സംഭാഷണവും അയാളെക്കുറിച്ചായിരുന്നു. മുഴുക്കുടിയനായ ബാലൻ നായർ അവളെ കഠിനമായി ഉപദ്രവിച്ചിരുന്നു. പലപ്പോഴും അവളുടെ ആഭരണങ്ങളും അയാൾ കൊണ്ടുപോയിരുന്നു.

പെട്ടെന്നാണ് അത് സംഭവിച്ചത്. അതാ ബാലൻ നായർ കയ്യിൽ ഒരു നോട്ടുപുസ്തകവുമായി അവരുടെ മുമ്പിൽ. അയാൾക്ക് കൈരളിയോട് എന്തോ പറയാനുണ്ട് എന്നു പറഞ്ഞു. കൈരളി നടത്തം തുടർന്നു. ഏലിയാമ്മയും മുന്നോട്ടുനടന്നു. ബാലൻനായർ കൈരളിയുടെ കൈയിൽ പിടിക്കാനാഞ്ഞു. എന്നാൽ കൈരളി എതിർത്തു. തന്റെ ദേഹത്തു സ്പർശിക്കേണ്ട എന്നവർ ശഠിച്ചു. പക്ഷേ പെട്ടെന്ന് ബാലൻനായർ അരയിൽ നിന്ന് ഒരു കഠാരി വലിച്ചൂരി എടുത്തു കൈരളിയെ തുരുതുരെ കുത്തി. നെഞ്ചിനാണ് കുത്തേറ്റത്. പരിഭ്രമിച്ച കുട്ടികൾ നിലവിളിച്ചു. ഏലിയാമ്മയും നിലവിളിച്ചുകൊണ്ട് തിരിച്ചുവന്നു. രക്തം ധാരധാരയായി ഒഴുകി ആ ചെമ്മണ്ണുറോഡിൽ പരന്നു.

ഏലിയാമ്മ അവിടെ വന്ന ഒരു സ്കൂൾ കുട്ടിയോടു വെള്ളം കൊണ്ടുവരാൻ പറഞ്ഞു. ഓടിക്കൂടിയവരിൽ ഒരു ജോർജ്ജ് മാസ്റ്റർ കൈരളിയുടെ ദേഹം നോക്കി പറഞ്ഞു വെള്ളം കൊണ്ടുവരേണ്ടതില്ല. കൈരളിയുടെ ജീവൻ നിലച്ചിരുന്നു. തൊട്ടടുത്ത കാട്ടിലേക്ക് ഓടിയ ബാലൻ നായർ കത്തിയും തന്റെ നോട്ടുബുക്കും സംഭവസ്ഥലത്തു ഉപേക്ഷിച്ചിരുന്നു. രാത്രിയോടെ

ജനങ്ങൾ ബാലൻ നായരെ പിടിച്ചു പൊലീസിൽ ഏല്പിച്ചു. തന്നെ ആത്മഹത്യ ചെയ്യാൻ അനുവദിക്കണമെന്ന് അയാൾ ആവശ്യപ്പെടുന്നുണ്ടായിരുന്നു. കൈരളിയുടെ ദേഹം ആശുപത്രിയിൽ കൊണ്ടുപോയി പോസ്റ്റ്മോർട്ടം ചെയ്തു. സ്ഥലത്ത് വന്ന സഹോദരിയുടെ ഭർത്താവിന്റെ പരാതിയിൽ പോലീസ് കേസ് എടുത്തു. കൈരളിയുടെ നെഞ്ചത്തും മറ്റും ആറ് മുറിവുകൾ കണ്ടെത്തി.

തലശ്ശേരി സെഷൻസ് കോടതിയിൽ നടന്ന വിചാരണയിൽ ഏലിയാമ്മ മാത്രമായിരുന്നു സംഭവത്തിന്റെ ദൃക്സാക്ഷി. സഹോദരിഭർത്താവ് കുഞ്ഞമ്പുനായർ, ജോർജ്ജ് മാസ്റ്റർ, ഒരു സ്കൂൾകുട്ടി എന്നിവർ സംഭവത്തിനുശേഷം സ്ഥലത്തുവന്നവരാണ്. അവർ ബാലൻ നായരെ കാട്ടിൽനിന്നു പിടികൂടാൻ സഹായിച്ചു. കുഞ്ഞികൃഷ്ണൻ നായർ എന്ന ആധാരമെഴുത്തുകാരൻ കൈരളിയും ബാലൻ നായരും തമ്മിലുള്ള വിവാഹബന്ധം വേർപ്പെടുത്തിയ രേഖ തയ്യാറാക്കിയത് സംഭവത്തിനു രണ്ടു ദിവസം മുമ്പു മാത്രമാണ്. ഉഭയസമ്മതപ്രകാരം എഴുതിയ പ്രസ്തുത രേഖയിൽ കൈരളിയും ബാലൻ നായരും ഒപ്പുവച്ചിരുന്നു. ബാലൻ നായർ 250 രൂപയും കൈരളിയുടെ അമ്മയിൽ നിന്ന് സ്വീകരിച്ചിരുന്നു.

ഏലിയാമ്മയുടെ ദൃക്സാക്ഷി വിവരണം കൊലപാതകക്കേസ് അരക്കിട്ടുറപ്പിക്കുന്നതായിരുന്നു. കൈരളിയെ ബാലൻ നായർ കുത്തുന്നതു അവർ കണ്ടു. കഠാരിയും തിരിച്ചറിഞ്ഞു.

പ്രതിയായ ബാലൻ നായരുടെ വാദം മറ്റൊന്നായിരുന്നു. കൈരളി ഒരു കത്തികൊണ്ട് തന്നെ ആക്രമിച്ചതാണ് സംഭവത്തിന്റെ തുടക്കം. പക്ഷേ ഏലിയാമ്മയോട് പ്രതിക്ക് പരിക്ക് പറ്റിയോ എന്ന് എതിർവിസ്താരത്തിൽ ചോദിച്ചിരുന്നില്ല. ബാലൻ നായരുടെ ദേഹത്ത് നിസ്സാരപരിക്കുകൾ ഉണ്ടായിരുന്നു. പക്ഷേ അവ കാട്ടിൽ കൂടി ഓടിയപ്പോഴും ജനങ്ങൾ ബലമായി കീഴ്പെടുത്തിയപ്പോഴും ഉണ്ടായതാകാം. സംഭവസ്ഥലത്തുനിന്ന് കിട്ടിയ മാലയും ലോക്കറ്റും, കുട്ടിയുടെ ലഞ്ച് ബോക്സ്, ബാഗ് എന്നിവയും രക്തം പുരണ്ട മണ്ണും കോടതിയിൽ ഹാജരാക്കിയിരുന്നു. ബാലൻ നായരെ കത്തികൊണ്ട് ആക്രമിക്കാൻ വന്നത് തടഞ്ഞാൽ കൈവെള്ളയിൽ പരിക്കുപറ്റാം എന്നു ഡോക്ടർ പറഞ്ഞിരുന്നു. എന്നാൽ ബാലൻ നായരുടെ കൈപ്പത്തിയിൽ പരിക്കുണ്ടായിരുന്നില്ല. കൈരളിയുടെയും ബാലൻ നായരുടെയും

വൈവാഹികബന്ധത്തിൽ ഒരു ആൺകുട്ടി ജനിച്ചിരുന്നു. ഒരു കൊല്ലവും 5 മാസവും മാത്രമേ ആ ബന്ധം നീണ്ടുനിന്നുള്ളൂ. കൈരളി തന്നെ ചതിച്ചു എന്നാണ് ബാലൻ നായർ പറഞ്ഞത്.

ബാലൻ നായർ എന്തിനാണ് കൈരളിയെ കുത്തിയത്? പ്രോസിക്യൂഷൻ ഭാഗത്തിന് കാരണം വിസ്തരിക്കേണ്ട ആവശ്യമില്ല. കൊലപാതകം നേരിട്ടു സാക്ഷിമൊഴിയിലൂടെ തെളിയിച്ച സ്ഥിതിക്ക് കൊലപാതകത്തിന്റെ കാരണത്തിന് പ്രസക്തിയില്ല.

വസ്തുതകൾ കഥകളേക്കാൾ അദ്ഭുതകരമാണ് MO (മെറ്റീരിയൽ ഒബ്ജക്ട്) 14 എന്ന അക്കമിട്ട, രക്തം പുരണ്ട മണ്ണ് തലശ്ശേരി കോടതിയിലിരുന്ന് ഈ ഉജ്ജ്വലസത്യത്തിനു നേരേ ഇപ്പോഴും പുഞ്ചിരിക്കുന്നു.

ശിശുഹത്യയോ അപകടമോ?

ഒക്ടോബർ മാസത്തിലെ ഒരു വൈകുന്നേരം ആനന്ദൻ സുഹൃത്ത് ചന്ദ്രനുമായി സംസാരിച്ചുകൊണ്ട് നിൽക്കുമ്പോഴാണ് കടലിൽ ഒരു സ്ത്രീ തിരയിൽപ്പെട്ടു മുങ്ങി ഒഴുകുന്നത് ശ്രദ്ധയിൽപ്പെട്ടത്. ബീച്ചിൽ അപ്പോൾ ആരുമുണ്ടായിരുന്നില്ല. ആനന്ദൻ മറ്റൊന്നും ആലോചിക്കാതെ ആ സ്ത്രീയെ രക്ഷിക്കാൻ വെള്ളത്തിലേക്കു ചാടി. സ്ത്രീയുടെ സാരി അഴിഞ്ഞു നിവർന്നിരുന്നു. അതിൽ രണ്ടു കുട്ടികളും ഏകദേശം മൂന്നു വയസ്സും ഒന്നര വയസ്സും പ്രായമുള്ളവ. സാരിയുടെ ഒരറ്റത്ത് ഏകദേശം 13 വയസ്സായ ഒരു പെൺകുട്ടിയും മുറുക്കിപ്പിടിച്ചു വെള്ളത്തിൽ നീന്തിത്തുടിക്കുന്നുണ്ടായിരുന്നു. ആനന്ദൻ ചന്ദ്രന്റെ സഹായത്തോടെ എല്ലാവരേയും കരയ്ക്കടുപ്പിച്ചു. ചെറിയ കുട്ടികൾ അപ്പോഴേക്കും മരിച്ചിരുന്നു. സ്ത്രീയേയും രക്ഷപ്പെട്ട പെൺകുട്ടിയേയും ഒരുവിധം ആനന്ദൻ ആശുപത്രിയിൽ എത്തിച്ചു.

മരിച്ച കുട്ടികളെയും ദേഹം കീറി പരിശോധിക്കുന്നതിനായി ആശുപത്രിയിൽ എത്തിച്ചു. പോസ്റ്റ്മോർട്ടം റിപ്പോർട്ടിൽ മുങ്ങി മരണമാണെന്ന് ബോധ്യപ്പെട്ടു.

അസ്വാഭാവിക മരണത്തിന് കേസ് രജിസ്റ്റർ ചെയ്ത പൊലീസ് വിശദമായ അന്വേഷണം നടത്തി. സംഭവത്തിന് ദൃക്സാക്ഷികളായി മറ്റാരും ഉണ്ടായിരുന്നില്ല.

കുട്ടികളുടെ അമ്മ കമലാക്ഷിക്ക് ഭർത്താവില്ലായിരുന്നു. മൂന്നു വയസ്സും ഒന്നര വയസ്സും പ്രായമുള്ള പിഞ്ചുകുട്ടികളെ കടലിൽ എത്തിച്ചത് കമലാക്ഷി തന്നെയായിരുന്നു. രക്ഷപ്പെട്ട സീത എന്ന 13 കാരിയെ വിശദമായി ചോദ്യം ചെയ്തു. അവളെ കടലിൽ കൊണ്ടു പോയതും കമലാക്ഷിതന്നെ.

സാഹചര്യങ്ങൾ പരിഗണിച്ചുകൊണ്ടും കിട്ടിയ തെളിവുകൾ വച്ചും പൊലീസ് മൂന്നു കുറ്റങ്ങൾ കമലാക്ഷിയുടെ പേരിൽ കേസ്

ചാർജ്ചെയ്തു. ഒന്ന് -3 വയസ്സുള്ള അനീഷ, ഒന്നര വയസ്സുള്ള ചിത്ര എന്നീ കുഞ്ഞുങ്ങളെ മനഃപൂർവ്വം കടലിൽ ഉപേക്ഷിച്ചു കൊന്നു. രണ്ട് സീത എന്ന 13 കാരിയെ വധിക്കാൻ ശ്രമിച്ചു. മൂന്ന് കടലിൽചാടി ആത്മഹത്യാശ്രമം നടത്തി.

ആനന്ദനും ചന്ദ്രനും തങ്ങൾ കണ്ട വസ്തുതകൾ കോടതിയിൽ പറഞ്ഞു. അതായത് കടലിൽ മുങ്ങിത്താഴാൻ പോകുന്ന ഒരു സ്ത്രീയും സാരിയിൽ പറ്റിനിന്ന മൂന്നു കുട്ടികളും. മൂന്നാം സാക്ഷി 13 കാരി സീതയായിരുന്നു. കോടതിയിൽവച്ച് അവൾ കൂറുമാറി. സംഭവസ്ഥലത്തിനോടു ചേർന്ന് കടലിലേക്ക് ഒരു തോട് ചെന്ന് ചേർന്നിരുന്നു. ആ തോട്ടിലെ വെള്ളത്തിൽ അവർ തുണികൾ അലക്കാറുണ്ടായിരുന്നു. അന്നു പതിവുപോലെ തുണികൾ അലക്കിക്കൊണ്ടിരുന്നപ്പോൾ കൂടെയുള്ള ചെറിയ കുട്ടികൾ കടലിലേക്കു വഴുതിപോയി. അതുകണ്ടു അവരെ രക്ഷിക്കാൻ പുറകെ സീതയും അതിനുപുറകേ കമലാക്ഷിയും കടലിൽ ചാടിയപ്പോഴാണ് ആനന്ദൻ അവരെ കണ്ടത്. സാക്ഷിമൊഴികൾ കൊണ്ടും സാഹചര്യത്തെളിവുകൾ വച്ചും പ്രോസിക്യൂഷന് കുറ്റം തെളിയിക്കാൻ സാധിച്ചില്ല.

കമലാക്ഷി എന്തിന് ആത്മഹത്യ ചെയ്യണം? എന്തിന് കുട്ടികളെ കൊല്ലണം എന്നീ ചോദ്യങ്ങൾക്ക് ഉത്തരം കണ്ടെത്താൻ പൊലീസിനും കഴിഞ്ഞില്ല.

സംശയത്തിന്റെ ആനുകൂല്യവും കമലാക്ഷിക്ക് രക്ഷപ്പെടാൻ വഴി ഒരുക്കി.

പിതൃഹത്യയോ ആത്മരക്ഷയോ?

ഒരു ക്രിസ്തുമസ്സിനു പിറ്റേന്നാണത് സംഭവിച്ചത്. പാപ്പച്ചൻ തന്റെ അച്ഛനമ്മമാരിൽ നിന്ന് അകന്നാണ് താമസിച്ചിരുന്നത്. അപ്പനായ മൈക്കിൾ തന്റെ അമ്മയേയും അനുജനേയും കൊല്ലാൻ മുതിർന്നെന്ന വാർത്ത ഒരു നാട്ടുകാരനാണ് പാപ്പച്ചനോട് പറഞ്ഞത്. താൻ മുതിർന്നപ്പോൾ കുടുംബസമ്മേതം മാറി താമസിച്ചെങ്കിലും അക്കൊല്ലം ക്രിസ്തുമസ്സിന് അപ്പനെ കാണാൻ പറ്റാഞ്ഞതിൽ അയാൾ ദുഃഖിച്ചു. ഒപ്പം മനസ്സിൽ ഒരു ഇടിവാൾ മിന്നി. അപ്പൻ വർഷങ്ങളോളം കണ്ണൂർ ജയിലിലായിരുന്നു. ഒരു കൊലപാതക ക്കേസിൽ ശിക്ഷിക്കപ്പെട്ടതാണ്. അമിതമായി മദ്യപിക്കുന്ന സ്വഭാവമുണ്ട്. വഴക്കാളിയായതുകൊണ്ട് എന്താണ് സംഭവിച്ചതെന്നറിയാൻ ആ രാത്രി തന്നെ അയാൾ അപ്പൻ താമസിക്കുന്ന വീട്ടിലേക്ക് ഓടിയെത്തി. അപ്പൻ ശിക്ഷ കഴിഞ്ഞിട്ട് വീട്ടിൽ വന്നിട്ട് ഒന്നരകൊല്ലം ആയതേയുള്ളൂ.

ഇരുണ്ട വെളിച്ചത്തിൽ അയാൾ കണ്ട കാഴ്ച മറ്റൊന്നായിരുന്നു. വീട്ടുമുറ്റത്തിനടുത്ത കുഴിയിൽ അപ്പൻ മരിച്ചു കിടക്കുന്നു. ദേഹമാസകലം ചോര പുരണ്ടിട്ടുണ്ട്. അമ്മയും ഇളയ രണ്ട് അനിയന്മാരുമാണ് അവിടെ താമസം. അപ്പൻ കുത്തേറ്റാണ് മരിച്ചിരിക്കുന്നത്. പൊലീസ് വന്ന് മൃതദേഹം ഇൻക്വസ്റ്റ് നടത്തി പോസ്റ്റ്മോർട്ടത്തിന് ഏല്പിച്ചു.

അന്വേഷണത്തിനുശേഷം പൊലീസ് മൈക്കിളിന്റെ കൊലപാതകത്തിന് രണ്ടാമത്തെ മകൻ വർഗ്ഗീസിനെ പ്രതിയാക്കി കുറ്റപത്രം സമർപ്പിച്ചു.

ഒന്നാം സാക്ഷി മൂത്തമകൻ പാപ്പച്ചൻ തന്നെ ആയിരുന്നു. അയാൾ കോടതിയിൽ സത്യസന്ധമായി കാര്യങ്ങൾ പറഞ്ഞു. പക്ഷേ കൃത്യം കണ്ടിട്ടില്ല. മരിച്ചുകിടക്കുന്ന അപ്പന്റെ ശരീരം മാത്രമാണയാൾ കണ്ടത്.

രണ്ടാം സാക്ഷി മൈക്കിളിന്റെ ഭാര്യ ത്രേസ്യ. താൻ കണ്ടത് ത്രേസ്യയും പറഞ്ഞു. സംഭവദിവസം മൈക്കിൾ മദ്യപിച്ചു ലക്കു കെട്ടാണ് വീട്ടിൽ കയറി വന്നത്. കൂടെ ഒരു കുപ്പി മദ്യവും കൊണ്ടുവന്നിരുന്നു. അതുമിതു പറഞ്ഞ് അയാൾ തന്റെ കഴു ത്തിൽ കത്തിവച്ചു കൊല്ലുമെന്ന് ഭീഷണി മുഴക്കി. രണ്ടാമത്തെ മകൻ വർഗീസ് ഇടപെട്ടു. എന്നാൽ മൈക്കിൾ വർഗീസിന്റെ നേരേ തിരിഞ്ഞു. കൊല്ലുമെന്ന് ഭീഷണി മുഴക്കി. ആ സമയം വീട്ടിലെ മണ്ണെണ്ണ വിളക്ക് മറിഞ്ഞു. ചുറ്റും അന്ധകാരമയം. കൂട്ട ബഹളത്തിൽ അവർ അയൽവീട്ടിൽ അഭയം പ്രാപിച്ചു. അന്ന് അവിടെയാണ് ഉറങ്ങിയത്.

ഇളയ മകൻ ദേവസ്സി ആയിരുന്നു മൂന്നാം സാക്ഷി. സംഭവ ദിവസം അയാളും വീട്ടിലുണ്ടായിരുന്നില്ല. സിനിമയ്ക്കുപോയി തിരികെ വരുമ്പോഴാണ് വിവരം അറിഞ്ഞത്. സഹോദരൻ വർഗീസ് തന്നോട് വീട്ടിലേക്ക് പോകണ്ട എന്നുപദേശിച്ചതനു സരിച്ച് താൻ അയൽവാസി കുരിശിങ്കൽ ജോസിന്റെ വീട്ടിലാണ് അന്നുരാത്രി കഴിച്ചുകൂട്ടിയത്.

നാലാം സാക്ഷി കുറച്ചുദൂരെ താമസിക്കുന്ന വ്യക്തിയാണ്. മകൻ വർഗ്ഗീസ് പറഞ്ഞുള്ള വിവരമേ അയാൾക്കുള്ളൂ. മൈക്കിൾ ഭാര്യയേയും മകനേയും ആക്രമിക്കാൻ ശ്രമിച്ചതായാണ് അറി ഞ്ഞത്.

ആറാം സാക്ഷിയായ ഐസക് ഈ സംഭവം പ്രതി പറ ഞ്ഞാണ് അറിഞ്ഞത്. മൈക്കിൾ പ്രതിയേയും ത്രേസ്യയേയും കൊല്ലാനടുത്തപ്പോൾ പ്രതി മൈക്കിളുമായി പിടുത്തം കൂടി ഒരു കുഴിയിൽ വീണു. കത്തികൊണ്ട് മൈക്കിളിന്റെ കൈത്തണ്ട മുറിഞ്ഞു.

ദൃക്സാക്ഷികളില്ലാത്ത ഈ കേസിൽ മൈക്കിൾ കൊണ്ടു വന്ന കത്തികൊണ്ടുതന്നെയാണ് അയാൾക്ക് പരിക്കുപറ്റിയത്. മൈക്കിൾ ത്രേസ്യയെ കുത്താൻ ശ്രമിച്ചതിനു തെളിവുണ്ട്. പ്രതി വർഗീസ് ഇടപെട്ടില്ലായിരുന്നെങ്കിൽ ഒരുപക്ഷേ ത്രേസ്യയ്ക്ക് കുത്ത് ഏൽക്കുമായിരുന്നു. മൈക്കിളിനെ മനഃപൂർവ്വം വധിക്കാൻ പ്രതിക്ക് ഉദ്ദേശ്യമുണ്ടായിരുന്നതായി തെളിഞ്ഞില്ല. സാഹചര്യ ങ്ങൾ വിലയിരുത്തുമ്പോൾ പ്രതി വർഗീസിന് സ്വയരക്ഷാവാദം വിജയകരമായി ഉപയോഗിക്കാം. ആയതിനാൽ പ്രതിക്കെതിരെ യുള്ള കേസ് തെളിയിക്കാൻ പൊലീസിനു കഴിഞ്ഞില്ല.

പിതൃഹത്യയ്ക്ക് പ്രതിയെ ശിക്ഷിക്കാൻ കോടതിക്ക് കഴി ഞ്ഞില്ല.

മറക്കാനാവാത്ത കേസ്

എഴുപതുകളിലാണ് സംഭവം. രംഗം കോട്ടയം സെഷൻസ് കോടതി. ധാരാളിയും തന്നിഷ്ടക്കാരനുമായ മകനെ അച്ഛൻ കുത്തിക്കൊലപ്പെടുത്തിയതാണ് കേസ്. അവകാശപ്പെട്ട സ്വത്ത് ഓഹരിവച്ച് നൽകിയശേഷവും മകൻ നിരന്തരം ശല്യപ്പെടുത്തുകയും വീട്ടിലെത്തി അസ്വസ്ഥതകൾ സൃഷ്ടിക്കുകയും ചെയ്തിരുന്നതാണത്രെ അച്ഛനെ പ്രകോപിപ്പിച്ചത്.

കേസിന്റെ വിചാരണവേളയിൽ സംഭവത്തിന്റെ ദൃക്സാക്ഷികളായി കോടതിയിലെത്തിയവരിൽ ഒരാൾ കൊല്ലപ്പെട്ട യുവാവിന്റെ മാതാവും പ്രതിയുടെ ഭാര്യയുമായ സ്ത്രീയാണ്. മറ്റൊരാളാകട്ടെ ആ യുവാവിന്റെ ഭാര്യയും. വക്കീൽ പ്രതിയുടെ ഭാര്യയെ സാക്ഷിവിസ്താരം നടത്തുമ്പോൾ ആ സ്ത്രീ ചെകുത്താനും കടലിനുമിടയിൽ അകപ്പെട്ട മാനസികാവസ്ഥയിലായിരുന്നു. പ്രതിക്കൂട്ടിൽ നിൽക്കുന്നത് ഭർത്താവാണ്. മകനെ കൊലപ്പെടുത്തിയ മനുഷ്യൻ! പക്ഷേ അയാൾക്കെതിരെ മൊഴി നൽകാൻ ഒരു ഭാര്യയെന്ന നിലയിൽ എങ്ങനെയാണ് കഴിയുക? ഇനി ഭർത്താവിനെ രക്ഷിക്കാനായി ന്യായപീഠത്തിനു മുമ്പാകെ കള്ളം പറഞ്ഞാലോ? മൺമറഞ്ഞ മകനോട് ചെയ്യുന്ന ഏറ്റവും വലിയ ക്രൂരതയാവുകയില്ലേ അത്? താന്തോന്നിയായിരുന്നെങ്കിലും പത്തുമാസം ചുമന്ന് പ്രസവിച്ച്, താൻ പാലൂട്ടി വളർത്തിയവനല്ലേ അവൻ? ആ സ്ത്രീയുടെ പ്രക്ഷുബ്ധമായ മനസ്സിലൂടെ ഇത്തരം ചിന്തകൾ കടന്നുപൊയ്ക്കൊണ്ടിരുന്നു.

ഒടുവിൽ അവർ ദൃഢനിശ്ചയം പോലെ തന്റെ മനസ്സാക്ഷിക്കു ശരിയെന്നു തോന്നിയത് കോടതി മുമ്പാകെ ബോധിപ്പിച്ചു.

"ഈ മനുഷ്യൻ എന്റെ മകനെ കൊല്ലുന്നത് ഞാൻ നേരിൽ കണ്ടതാണ്." സമർത്ഥനും ചെറുപ്പക്കാരനുമായ പ്രതിഭാഗം വക്കീലിന്റെ വാദമുഖങ്ങളെ അതിജീവിച്ചുകൊണ്ട് ആ സ്ത്രീ

തന്റെ അഭിപ്രായത്തിൽ ഉറച്ചുനിന്നു. ആ സ്ത്രീയുടെ മുഖത്ത് മിന്നിമറഞ്ഞ സ്തോഭവും നൈരാശ്യവും ദുഃഖവുമൊക്കെ വ്യവച്ഛേദിക്കാനാവാത്ത ഏതോ മാനസിക വ്യാപാരത്തോടെ മാത്രമേ കാണാൻ കഴിഞ്ഞുള്ളൂ.

കൊല്ലപ്പെട്ട യുവാവിന്റെ സഹോദരന്റേതായിരുന്നു അടുത്ത ഊഴം. സംഭവം നടന്ന വീട്ടിൽ തന്നെയാണ് ആ സഹോദരനും താമസിക്കുന്നത്. വക്കീലിന്റെ ചോദ്യങ്ങൾക്കുമുമ്പിൽ ആശയക്കുഴപ്പത്തിനടിമപ്പെട്ടു നിൽക്കുന്ന ആ ചെറുപ്പക്കാരന്റെ മനസ്സിൽ വേലിയേറ്റമുണ്ടാക്കിയ ചിന്തകൾ ഊഹിക്കാൻ കഴിയും.

ഒരു വശത്ത് പ്രതിക്കൂട്ടിൽ നിൽക്കുന്ന പിതാവ്. രക്തത്തിൽ കുളിച്ചുകിടക്കുന്ന സഹോദരന്റെ ജഡത്തെക്കുറിച്ചുള്ള സ്മരണ മറുവശത്ത്. ആരുടെ ഭാഗം ചേർന്നാണ് അയാൾ മൊഴി നൽകേണ്ടത്? ഏതായാലും ഒരു സംയമിയെപ്പോലെ തികച്ചും നിർവികാരനായി നിന്നാണയാൾ പ്രതികരിച്ചത്. അടച്ചിട്ട മുറിക്കുള്ളിലിരുന്ന് വായിക്കുകയായിരുന്ന അച്ഛനെ കതകുചവിട്ടിപ്പൊളിച്ച് അകത്തു കയറിയ അനുജൻ ആക്രമിക്കുകയായിരുന്നെന്ന് അയാൾ പറഞ്ഞു. പ്രത്യാക്രമണമെന്ന നിലയിലല്ല പ്രാണരക്ഷാർത്ഥമായിരുന്നത്രേ അച്ഛൻ അനുജനെ കുത്തിയത്.

സഹോദരന്റെ മൊഴിയോടെ കേസിന്റെ ഗതി അപ്പാടെ തിരിയുകയാണ് ചെയ്തത്. വധശിക്ഷയോ ജീവപര്യന്തം ശിക്ഷയോ നൽകാനുള്ള സാധ്യത ഇല്ലായിരുന്നു. വിവാഹിതനും വീട്ടിൽ നിന്ന് മാറിത്താമസിക്കുന്നവനുമായ മകൻ അവകാശങ്ങളെല്ലാം വാങ്ങിയിരുന്നിട്ടുപോലും വീട്ടിൽ കടന്നു കയറി ആക്രമിച്ചതിനെ തുടർന്നാണല്ലോ കൊലപാതകം നടന്നത്. അതിനാൽ സെക്ഷൻ 302 (കൊലപാതകം) പ്രകാരമുള്ള ശിക്ഷയ്ക്കു പകരം സെക്ഷൻ 304 പാർട്ട് ഒന്ന് (കൊലപാതകമല്ലാത്ത നരഹത്യ) പ്രകാരമുള്ള ശിക്ഷയേ നൽകാൻ കഴിയൂ എന്ന് വിധി എഴുതി.

മാതാവിന് പുത്രനോടും ഭാര്യയ്ക്ക് ഭർത്താവിനോടും ജ്യേഷ്ഠന് അനുജനോടുമുള്ള വൈകാരികബന്ധങ്ങൾ വിഭിന്ന തട്ടുകളിൽ നിന്നുകൊണ്ട് കോടതിമുറിയിൽ വീർപ്പുമുട്ടിയ ഈ കേസിൽ വിധി കല്പിച്ചത് ഇന്നുമെന്റെ സ്മരണയിൽ പച്ചപിടിച്ചു നിൽക്കുന്നു.

കൊലപാതകമല്ല നരഹത്യ

കുഞ്ഞമ്പുപൊതുവാൾ - വടക്കേ മലബാറിൽ ഹോസ്ദുർഗ്ഗ് താലൂക്കിൽ കൈത്തൊഴിലെടുത്തു ജീവിക്കുന്ന ഒരു സാധാരണ മനുഷ്യൻ. അന്ന് അയാളും സുഹൃത്ത് കേശവനും കൂടിയാണ് കുട്ടിച്ചേട്ടന്റെ കള്ളുഷാപ്പിൽ മദ്യപിക്കാനെത്തിയത്. അവർ കള്ളും കുടിച്ചുകൊണ്ടിരുന്നപ്പോഴാണ് രാമനും താരുവും കള്ളുകുടിക്കാനെത്തിയത്. ഒന്നും രണ്ടും വർത്തമാനം പറയുന്നതിനിടയിൽ രാമൻ കീശയിൽ കൈയിട്ട് കുറച്ചുനോട്ടുകൾ പുറത്തെടുത്തു. അപ്പോൾ ഏതാനും ചില്ലറനാണയങ്ങൾ നിലത്തുവീണു. അതെടുക്കാൻ കുനിഞ്ഞപ്പോൾ ഷാപ്പിനകത്ത് വെട്ടം തീരെ കുറവ്. രാമൻ തൊട്ടടുത്ത് വെച്ചിരുന്ന ടോർച്ചെടുത്തു. അത് പൊതുവാളിന്റെ ടോർച്ചായിരുന്നു. ചോദിക്കാതെ ടോർച്ചെടുത്തത് അയാൾക്കിഷ്ടപ്പെട്ടില്ല. പൊതുവാൾ കയർത്ത് സംസാരിച്ചപ്പോൾ ആകെ ബഹളമായി. കുട്ടിച്ചേട്ടൻ സംഭവം ശാന്തമാക്കാൻ ശ്രമിച്ചു. രാമന്റെ കൈയിൽനിന്നും ടോർച്ച് പിടിച്ചു വാങ്ങി പൊതുവാളിനു കൊടുത്തു. പകരം തന്റെ ടോർച്ചെടുത്ത് രാമനുകൊടുത്തു. നിസ്സാരകാര്യത്തിന് വഴക്കുണ്ടാക്കിയത് രാമന് പിടിച്ചില്ല. പൊതുവാളിന്റെ അരിശം ചന്നംപിന്നം പെയ്തുകൊണ്ടിരുന്നു. തത്ക്കാലം രണ്ടുപേരും പിൻവാങ്ങി. പൊതുവാൾ കേശവന്റെ കൂടെ പുറത്തിറങ്ങി കേശവന്റെ കടയിലേക്കു പോയി. പൊതുവാൾ തൊട്ടടുത്തുള്ള ചെറുകുഞ്ഞിയുടെ കടയിലേക്കും. അപ്പോഴേക്ക് നേരം സന്ധ്യകഴിഞ്ഞിരുന്നു.

നേരം കുറെ കഴിഞ്ഞു. മദ്യത്തിന്റെ ലഹരി രാമന്റെ തലയ്ക്കുപിടിച്ചു. അയാൾ കടയിൽനിന്നു പുറത്തിറങ്ങി. കേശവന്റെ കടയുടെ വാതിൽക്കൽ വന്നിരുന്നു. പൊതുവാൾ അവിടെയുണ്ടെന്ന് അയാൾക്കറിയാം. രാമനെ കണ്ടപ്പോൾ പൊതുവാളിനു വൈരാഗ്യം നുരഞ്ഞു പൊന്തി. എന്തിനാടാ തന്നെ ചീത്തപറഞ്ഞത് എന്നുറക്കെ അയാൾ ചോദിച്ചു. രാമനും വിട്ടില്ല.

അയാൾ എഴുന്നേറ്റ് പൊതുവാളിന്റെ അടുത്തേക്ക് ചെന്നു. പൊതുവാളിനെ വീണ്ടും ചീത്തപറഞ്ഞ് വെല്ലുവിളിച്ചു. ഉടൻ പൊതുവാൾ രാമന്റെ കരണത്ത് ഒന്ന് പൊട്ടിച്ചു. പിന്നെ താമസിച്ചില്ല. രാമൻ തന്റെ കൈവശം കരുതിയിരുന്ന കത്തികൊണ്ട് പൊതുവാളിനെ കുത്തി. നിലത്തുവീണ പൊതുവാളിനെ രാമൻ വീണ്ടു കുത്തി. വയറിൽ ആഴ്ന്നിറങ്ങിയ കത്തി വലിച്ചൂരിയപ്പോൾ ചോര വാർന്നുകൊണ്ടിരുന്നു. പൊതുവാൾ വഴിയരികിലുള്ള കാനയിൽ കിടന്നു. രാമൻ പോയ ഉടൻ കേശവനും ചെറുകുഞ്ഞിയും കൂടി പൊതുവാളിന്റെ വീട്ടിലറിയിച്ചു. അളിയൻ കുഞ്ഞിക്കണ്ണൻനായർ ഓടിവന്നു. പൊതുവാളിന്റെ കുടൽമാല പുറത്തുവന്നിരുന്നു. ഒരു തുണികൊണ്ടുപൊതിഞ്ഞ് പൊതുവാളിനെ ആശുപത്രിയിൽ എത്തിച്ചു. രാത്രി വൈകി. പൊതുവാൾ മരിച്ചു. ജീവനുണ്ടെന്ന് കണ്ട ഡോക്ടർ മരണമൊഴി എടുക്കാൻ മജിസ്ട്രേറ്റിനെ വിവരം അറിയിച്ചിരുന്നു. എന്നാൽ മജിസ്ട്രേറ്റ് എത്തിയപ്പോഴേക്കും പൊതുവാൾ ഇഹലോകവാസം വെടിഞ്ഞിരുന്നു.

അളിയൻ കുഞ്ഞിക്കണ്ണൻ നായരുടെ മൊഴി രേഖപ്പെടുത്തി. സ്ഥലം എസ്. ഐ. കേസ് എടുത്തു. രാമന്റെ പേരിൽ ഇന്ത്യൻ ശിക്ഷാനിയമം 302-ാം വകുപ്പനുസരിച്ച് കൊലക്കുറ്റമാണ് ആരോപിച്ചിരിക്കുന്നത്. ദേഹപരിശോധന കഴിഞ്ഞ് പൊതുവാളിന്റെ പ്രേതം കീറിപ്പരിശോധിച്ചു. വയറിൽകൂടി കുടൽമാല പുറത്തുവന്നിരുന്നു. നാലുകുത്തുകൾ ദേഹത്ത് കാണപ്പെട്ടു. അവ നാലും മരിക്കുന്നതിനുമുമ്പ് ഉണ്ടായിട്ടുള്ളതും പൊലീസ് കണ്ടെടുത്ത കത്തി (കഠാര) കൊണ്ട് ഉണ്ടായിട്ടുള്ളതുമാണ് ആ പരിക്കുകളുടെ ആഘാതം മൂലമാണ് മരണമുണ്ടായതെന്ന് ഡോക്ടർ അഭിപ്രായപ്പെട്ടു.

രാമന്റെ വിചാരണ തലശ്ശേരി കോടതിയിലാണ് നടന്നത്. കുഞ്ഞിക്കണ്ണൻനായർക്കു പുറമെ ദൃക്സാക്ഷികളായ കേശവൻ, ചെറുകുഞ്ഞി, ഭാസ്കരൻ, കുട്ടിച്ചേട്ടൻ, ഗോപാലൻ എന്നിവരെ വിസ്തരിച്ചു. രാമൻ പൊതുവാളിന്റെ വാക്കുതർക്കത്തെ തുടർന്ന് കഠാരകൊണ്ട് വയറിൽ കുത്തി മുറിവേല്പിച്ചു എന്ന കാര്യത്തിൽ സാക്ഷികൾക്ക് സംശയമുണ്ടായിരുന്നില്ല. പക്ഷേ കുറ്റപത്രമനുസരിച്ചുള്ള വസ്തുത അപ്പടി അംഗീകരിച്ചാൽ രാമന് ഒന്നുകിൽ തൂക്കുകയർ അല്ലെങ്കിൽ ജീവപര്യന്തം കഠിന തടവ്.

നിയമത്തിനു കണ്ണില്ല. പക്ഷേ, അത്ര ഹൃദയശൂന്യമാണോ? ജഡ്ജിയുടെ മനസ്സൊന്ന് പാളി. അഭിഭാഷകർ തലപുകഞ്ഞ്

ആലോചിച്ചു. നിയമത്തിന്റെ തലനാരിഴകൾ കീറി. ഒന്നര നൂറ്റാണ്ടിനു മുമ്പ് വെള്ളക്കാർ എഴുതിവെച്ച നിയമം. കൊലപാതകം കുറ്റകരമായ നരഹത്യയായിരിക്കണം. രാമൻ ചെയ്തിരിക്കുന്നത് നരഹത്യ തന്നെ. പക്ഷേ, പെട്ടെന്നുള്ള പ്രകോപനംകൊണ്ട് ആകസ്മികമായി ഒരാൾ ചെയ്യുന്ന നരഹത്യ കൊലപാതകമായിക്കൊള്ളണമെന്നില്ല. കാരണം അയാൾക്ക് തന്റെ പ്രവൃത്തിയെക്കുറിച്ച് ആലോചിക്കാനുള്ള സമയം കിട്ടിയിരുന്നില്ല. മരിച്ച പൊതുവാൾതന്നെ സൃഷ്ടിച്ച പ്രകോപനമായിരുന്നു രാമനെ ഈ കാര്യത്തിലേക്ക് നയിച്ചത്. രാമൻ വെല്ലുവിളിച്ചുകൊണ്ട് പൊതുവാളിന്റെ അടുത്തേക്ക് ചെന്നപ്പോൾ അപ്രതീക്ഷിതമായിട്ടാണ് രാമന് കരണത്ത് അടി കിട്ടിയത്. ഈ പ്രകോപനമാണ് കത്തി എടുത്തു കുത്താൻ രാമനെ പ്രേരിപ്പിച്ചത്. തന്മൂലം രാമന്റ പ്രവൃത്തി കൊലപാതകം എന്ന ഗണത്തിൽ വരുന്നില്ല. എന്നാൽ 304-ാം വകുപ്പനുസരിച്ചുള്ള നരഹത്യയാണ്. അതിന് പത്തു കൊല്ലം കഠിനതടവാണ് പരമാവധി ശിക്ഷ. കത്തികൊണ്ട് ഒരാളുടെ വയറിൽ കുത്തിയാൽ സാധാരണ ഗതിയിൽ കുത്തേറ്റയാൾ മരിക്കും എന്ന ബോധം രാമനുണ്ട്. സാഹചര്യം പരിശോധിച്ചതിൽ രാമന് പരമാവധി ശിക്ഷ കൊടുക്കേണ്ട ആവശ്യമില്ല എന്ന് ബോധ്യമായി.

നിസ്സാരകാരണമാണ് മരണത്തിൽ കലാശിച്ചതെങ്കിലും രാമനെ ഏഴുകൊല്ലം കഠിന തടവിന് ശിക്ഷിച്ചു.

മരുമകൾ
സൂക്ഷിച്ച രഹസ്യം

പിൽഗു നായ്ക്കിന്റെ മുടിയനായ പുത്രനായിരുന്നു സുബ്ബ രായൻ. തന്റെ അടയ്ക്കാമരത്തോട്ടത്തിലെ വരുമാനമെല്ലാം അയാൾ ഈ മകന് കൊടുക്കാൻ നിർബ്ബന്ധിതനായി. മറ്റു മക്കൾക്ക് ഇതിൽ പരാതി ഉണ്ടായിരുന്നു. പക്ഷേ സുബ്ബരായനെ എല്ലാവർക്കും പേടിയായിരുന്നു. അച്ഛന്റെ കയ്യിലെ പണമെല്ലാം അയാൾ ബലമായി വാങ്ങിയിരുന്നു. അതു കൂടാതെ തോട്ടത്തിൽ നിന്ന് വിളവും എടുത്ത് വിറ്റുവന്നു. പലപ്പോഴും ഇതിന്റെ പേരിൽ അച്ഛനും മകനും തമ്മിൽ വഴക്കടിക്കുക പതിവായിരുന്നു.

ഒരു ദിവസം പിൽഗുനായിക് തന്റെ അടയ്ക്കാമരത്തോട്ടത്തി ലേക്ക് പുറപ്പെട്ടു. നാലുമണിയായിക്കാണും. വൈകീട്ട് ഒരു വടിയും കുത്തിപ്പിടിച്ചാണയാൾ പോയത്. തോട്ടത്തിൽ എത്തി യപ്പോൾ താൻ കച്ചവടം ചെയ്ത അടക്ക മകൻ കയറി പറി ക്കുന്നു. ദേഷ്യവും സങ്കടവും സഹിക്കാനാവാതെ വൃദ്ധനായ അച്ഛൻ സുബ്ബരായനെ കണക്കറ്റ് ശകാരിച്ചു. ആദ്യം സുബ്ബരായൻ മറുപടി ഒന്നും പറഞ്ഞില്ല. അടക്ക മുഴുവൻ പറിച്ചാൽ നമ്മൾ എങ്ങനെ ജീവിക്കും എന്ന് ചോദിച്ചപ്പോൾ സുബ്ബരായൻ എന്നാൽ ജീവിക്കണ്ട എന്നു പറഞ്ഞ് അച്ഛന്റെ കൈയിൽനിന്ന് വലമായി വടി വാങ്ങി. ബഹളം കേട്ട് മൂത്തമകൻ യെങ്കപ്പനായിക്കിന്റെ ഭാര്യ സീതു അവിടേക്കു ചെന്നു. സുബ്ബരായൻ വടികൊണ്ട് അച്ഛനെ പലവട്ടം അടിച്ചു. അടികൊണ്ട് വീണ പിൽഗുവിന്റെ അരയിൽ നിന്നും ഒരു വെട്ടുകത്തി താഴെ വീണു. ഇതുകണ്ട സുബ്ബരായൻ വടി താഴെ ഇട്ടു. വെട്ടുകത്തി കൈക്കലാക്കി. സ്വന്തം അച്ഛന്റെ കഴുത്തിൽ ആഞ്ഞുവെട്ടി. കണ്ടുനിന്ന സീതു ഉച്ചത്തിൽ കരഞ്ഞു. രക്തം അണപൊട്ടി ഒഴുകി. സുബ്ബരായൻ സീതുവിനെ നോക്കി അലറി. “അടുത്തുപോകരുത്.” സീതു

ഭയന്നോടി. കുറച്ചകലെ എത്തിയപ്പോൾ സീതു തിരിഞ്ഞു നോക്കി. സുബ്ബരായൻ സ്വന്തം അച്ഛനെ വലിച്ചുകൊണ്ടു പോകുന്നു. അപ്പുറം കാട്ടുപ്രദേശമാണ്. സീതു വീട്ടിലെത്തി വിവരം ആരോടും പറഞ്ഞില്ല.

രാത്രിയായപ്പോൾ സീതുവിന്റെ ഭർത്താവ് ജോലികഴിഞ്ഞ് വീട്ടിൽവന്നു. അമ്മയോട് അച്ഛനെ തിരക്കിയപ്പോൾ അതുവരെ വീട്ടിൽ വന്നിട്ടില്ലെന്ന് അറിഞ്ഞു. നേരം വെളുത്തപ്പോൾ അന്വേഷണമാരംഭിച്ചു. പലരോടും ചോദിച്ചെങ്കിലും യാതൊരു തുമ്പും കിട്ടിയില്ല. രണ്ടുദിവസം കഴിഞ്ഞപ്പോൾ അടയ്ക്കാമരത്തോട്ടത്തിന്റെ അടുത്തുള്ള കുറ്റിക്കാട്ടിൽ പിൽഗുനായിക്കിന്റെ ശവശരീരം കാണപ്പെട്ടു. പൊലീസ് സ്ഥലത്തെത്തി. സീതുവും ഭർത്താവും ശവശരീരം തിരിച്ചറിഞ്ഞു.

പൊലീസ് ശവശരീരം പരിശോധിച്ചു. ഉടുത്തിരുന്ന വസ്ത്രങ്ങളും കണ്ടെടുത്തു. പോസ്റ്റ്മോർട്ടം പരിശോധനയിൽ കഴുത്തിലേറ്റ മുറിവാണ് മരണകാരണമെന്ന് മനസ്സിലായി. പൊലീസിന്റെ ചോദ്യം ചെയ്യലിൽ സീതു നടന്ന കാര്യങ്ങൾ പറഞ്ഞു. അച്ഛനെ അടിക്കുന്നത് കണ്ട് താൻ അച്ഛനെ കൊല്ലരുതേ എന്ന് പറഞ്ഞു. സുബ്ബരായൻ തന്നെ ഭീഷണിപ്പെടുത്തി. ഭയം കൊണ്ടാണ് ആരോടും താൻ വിവരം പറയാതിരുന്നത്. സുബ്ബരായൻ അച്ഛനെ ചുമലിൽ വച്ചുകൊണ്ടു പോകുന്നതും താൻ കണ്ടു. അച്ഛനും മകനും തമ്മിൽ വഴക്കു പതിവാണ്. അന്നത്തെ വഴക്കു കേട്ടാണ് താൻ പറമ്പിൽ ചെന്നത്. മാർത്ത എന്ന സ്ത്രീയും അവിടെ ഉണ്ടായിരുന്നു.

തെളിവ് നശിപ്പിക്കാൻ വൃക്ഷക്കമ്പുകൾ കൊണ്ട് ശവം മറച്ചിരുന്നു. പൊലീസ് സീതുവിന്റെയും മാർത്തയുടെയും മൊഴികൾ മജിസ്ട്രേറ്റു മുമ്പാകെ രേഖപ്പെടുത്തി. കൊലപാതകത്തിനും തെളിവ് നശിപ്പിച്ചതിനും കുറ്റപത്രം കൊടുത്തു. സുബ്ബരായൻ ജയിലിൽ ആയി.

കേസ് കോടതിയിൽ വിചാരണയ്ക്ക് വന്നു. പ്രഥമവിവരം പൊലീസിൽ കൊടുത്ത യെങ്കപ്പനായിക്കായിരുന്നു ഒന്നാം സാക്ഷി. പക്ഷേ അയാൾ സംഭവം കണ്ടിട്ടില്ല. താൻ ജോലി കഴിഞ്ഞ് രാത്രി വീട്ടിൽ വരുമ്പോൾ അച്ഛൻ വീട്ടിലില്ല. എവിടെപ്പോയി എന്നറിയില്ലായിരുന്നു. രണ്ടുദിവസത്തിനു ശേഷമാണ് കുറ്റിക്കാട്ടിൽ അച്ഛന്റെ ശവശരീരം കണ്ടത്.

എന്നാൽ നടന്ന സംഭവം സീതു കോടതിയിൽ വിവരിച്ചു. ആ സംഭവം ഓർത്തെടുക്കുമ്പോൾ തന്നെ ഭയം അവളുടെ

മുഖത്ത് നിഴലിച്ചിരുന്നു. അച്ഛന്റെ ശരീരം ചുമന്നുകൊണ്ടു പോകുന്ന സുബ്ബരായന്റെ ചിത്രം അവളുടെ മനസ്സിൽ തെളിഞ്ഞു വന്നു. വീട്ടിൽ ചെന്ന അവൾ ബോധം കെട്ടു.

എന്നാൽ എന്തുകൊണ്ട് ഈ വിവരം മറ്റുള്ളവരെ അറിയിച്ചില്ല? അഭിഭാഷകരുടെ തുളഞ്ഞു കയറുന്ന ചോദ്യത്തിനു മുമ്പിൽ അവൾ പതറി. പക്ഷേ പറഞ്ഞതിൽ ഉറച്ചു നിന്നു. സുബ്ബരായൻ തന്നെ ഭീഷണിപ്പെടുത്തിയിരുന്നു.

മാർത്ത സംഭവസ്ഥലത്ത് എത്തിയതും അച്ഛനും മകനും തമ്മിലുള്ള വഴക്കും കോടതിയിൽ വിവരിച്ചു. വേറെ ഒന്നും കണ്ടില്ല. അവൾ കൂറുമാറിയതായി പ്രഖ്യാപിച്ചു.

പിന്നീട് വന്നത് കൃഷ്ണൻ എന്നൊരു സാക്ഷിയാണ്. അയാൾ സുബ്ബരായന്റെ കൂട്ടുകാരനായിരുന്നു. സംഭവത്തിനു പിറ്റേദിവസം അയാളും സുബ്ബരായനും ഒരുമിച്ച് മദ്യം കഴിച്ചിരുന്നു. കൃഷ്ണന്റെ അമ്മായിയുടെ വീട്ടിൽ വെച്ചാണ് മദ്യം കഴിച്ചത്. മദ്യത്തിന്റെ ലഹരിയിൽ അയാൾ കൃഷ്ണനോടു എല്ലാം തുറന്നുപറഞ്ഞു. സ്വന്തം അച്ഛനെ കൊലപ്പെടുത്തിയ കാര്യം സുബ്ബരായൻ കൃഷ്ണനോട് പറഞ്ഞു.

സുബ്ബരായൻ കൊലയ്ക്കുപയോഗിച്ച കത്തി, വടി എന്നീ ആയുധങ്ങളും കോടതിയിൽ ഹാജരാക്കപ്പെട്ടു. അവ സുബ്ബരായന്റെ മൊഴിപ്രകാരമാണ് കണ്ടെടുത്തത്.

ശിക്ഷിക്കാൻ ആവശ്യമായ തെളിവുകളെല്ലാം ഹാജരാക്കിയതായി സർക്കാർ ഭാഗം വാദിച്ചു. പ്രതിക്കുവേണ്ടി സർക്കാർ ചിലവിൽ ഒരു അഭിഭാഷകനെ കോടതി നിയമിച്ചു. ശ്രീ. പി.വി. നാരായണൻ നമ്പ്യാർ (പിന്നീട് ജസ്റ്റിസ് പി.വി. നാരായണൻ നമ്പ്യാർ)

സീതുവിന്റെ മൊഴിയാണ് നിർണ്ണായകമായത്. അത് മുഴുവൻ വിശ്വസിക്കാമോ? സ്വന്തം ഭർത്താവിന്റെ അച്ഛൻ തന്റെ കൺമുമ്പിലാണ് പിടഞ്ഞ് മരിച്ചത്. രംഗം കണ്ട അവർ ബോധം കെടുക പോലും ചെയ്തു. പക്ഷേ എന്തുകൊണ്ട് വിവരം മറ്റാരോടും പറഞ്ഞില്ല? കാണാതായ പിതാവിനെപ്പറ്റി തിരക്കിയപ്പോൾ എങ്ങനെ ഈ സ്ത്രീക്ക് മൗനം പാലിക്കാൻ കഴിഞ്ഞു? ഞെട്ടിക്കുന്ന സത്യം രഹസ്യമാണോ? അത് ഈ സ്ത്രീക്ക് സൂക്ഷിക്കേണ്ടതുണ്ടോ? സീതു താൻ കണ്ട കാര്യം ആരോടും പറയാതിരുന്നത് ഭയം കൊണ്ടാണ് എന്നാണവർ കോടതിയിൽ പറഞ്ഞത്. എന്നാൽ മജിസ്ട്രേറ്റിന്റെ മുമ്പാകെ അവർ അങ്ങനെ

പറഞ്ഞിരുന്നില്ല. സംഭവസ്ഥലത്തു നിന്ന് തന്നെ ആട്ടിപ്പായിച്ച തുമാത്രമാണ് അവർ പറഞ്ഞത്. ആരോടും പറയാതിരുന്നതിന് അവർ പറഞ്ഞ കാര്യം അവിശ്വസനീയമാണെങ്കിൽ അങ്ങനെ യുള്ള സാക്ഷിയെ വിശ്വസിക്കരുതെന്ന് ബ്രഹ്മാനന്ദ (1976) കേസിൽ സുപ്രീംകോടതി പറഞ്ഞിട്ടുണ്ട്. പിന്നെയുള്ളത് കൃഷ്ണന്റെ മൊഴിയാണ്. പ്രതിയുടെ കുറ്റസമ്മതമൊഴി പൊതുവേ ദുർബലമായ തെളിവാണ്. കൃഷ്ണൻ തന്റെ അമ്മായിയുടെ വീട്ടിൽ വെച്ചാണ് പ്രതി സുബ്ബരായൻ കുറ്റം സമ്മതിച്ചതായി പറയുന്നത്. എന്നാൽ പൊലീസ് ഈ അമ്മാ യിയെ സാക്ഷിയായി വിസ്തരിച്ചില്ല. മാത്രമല്ല കൃഷ്ണനും ഈ വിവരം മറ്റാരോടും പറഞ്ഞിരുന്നില്ല. ശവം ഒളിപ്പിച്ച വിവരം അറിയാമായിരുന്നെങ്കിൽ എന്തുകൊണ്ട് കൃഷ്ണൻ ആ വിവരം ബന്ധുക്കളെ അറിയിച്ചില്ല? ഉത്തരം കിട്ടാത്ത ഇത്തരം ചോദ്യ ങ്ങൾ തെളിവുകളുടെ ദൗർബല്യത്തേയാണ് കാണിക്കുന്നത്. കത്തിയും വടിയും കണ്ടെടുത്തത് തുറന്ന സ്ഥലത്ത് നിന്നായി രുന്നു. അതാർക്കും അവിടെ കൊണ്ടുവെയ്ക്കാം. സീതുവിന്റെ മൊഴി വിശ്വസനീയമായി സ്വീകരിച്ചില്ല.

സുബ്ബരായനെ കോടതി വെറുതെ വിട്ടു.

മകനെ കൊന്ന അച്ഛൻ

അച്ഛൻ കുട്ടപ്പനും മകൻ മണിയുമായി ശത്രുതയിലായിട്ട് ആറു വർഷത്തോളമായിരുന്നു. കുട്ടപ്പന്റെ ഭാര്യ നളിനിയും മകൾ രമണിയും ആ വീട്ടിൽ താമസിച്ചിരുന്നു. വീട്ടിൽ കൃഷി ചെയ്യുന്ന തിനെക്കുറിച്ചായിരുന്നു തർക്കം.

സംഭവത്തിനു മൂന്ന്, നാല് ദിവസങ്ങൾക്ക് മുമ്പ് മണി വീട്ടിൽ മരച്ചീനി നട്ടു. ഇതിനെ അച്ഛൻ എതിർത്തു. എന്നാൽ അച്ഛന്റെ വിലക്ക് പരിഗണിക്കാതെ മണി വീണ്ടും പറമ്പിൽ മരച്ചീനി കൃഷി ചെയ്യാൻ തുടങ്ങി. മണിക്ക് ഭക്ഷണം പോലും കൊടുക്കരുതെന്ന് കുട്ടപ്പൻ വീട്ടുകാരെ വിലക്കി. ഭക്ഷണം കഴിക്കുന്നതു കണ്ട കുട്ടപ്പൻ മകനെ തല്ലി. അടിപിടിയിൽ കുട്ടപ്പന് തലയ്ക്ക് പരി ക്കേറ്റിരുന്നു. മണിയുടെ വിരലും കുട്ടപ്പൻ കടിച്ചു പരിക്കേൽപ്പി ച്ചിരുന്നു. കുട്ടപ്പന്റെ ഭാര്യ അന്നുരാത്രിതന്നെ മകളേയും കൊണ്ട് സ്വന്തം വീട്ടിലേക്കു പോയി. പിറ്റേന്നു തിരിച്ചുവന്നപ്പോൾ സ്വന്തം വീട് ആരോ തീ വെച്ചു നശിപ്പിച്ചിരുന്നു. തൊട്ടടുത്തു തന്നെ ഒരു താത്ക്കാലിക ഷെഡിൽ അവർ താമസം ആരം ഭിച്ചു.

സംഭവദിവസം രാത്രി പത്തരമണി ആയപ്പോൾ കുട്ടപ്പൻ വീട്ടിൽ കയറിവന്നു. അപ്പോൾ മകൻ മണി ഉറങ്ങിയിരുന്നു. ക്രുദ്ധനായി കാണപ്പെട്ട കുട്ടപ്പൻ മകൻ കിടക്കുന്നത് കണ്ട് അടുത്ത് ചെന്നു. എന്തിനാണ് ഈ വീട്ടിൽ കിടക്കുന്നത് എന്ന് ചോദിച്ചു കൊണ്ട് അയാൾ തന്റെ കൈയിലുണ്ടായിരുന്ന കത്തികൊണ്ട് മണിയെ കുത്തി. ഇതു കണ്ട ഭാര്യ നളിനിയും രമണിയും തടസ്സം പിടിച്ചു. ശബ്ദം കേട്ട് അടുത്ത് താമസിക്കുന്ന പാപ്പച്ചനും വന്നു. എല്ലാവരും കൂടി കുട്ടപ്പനെ പിടിച്ചു. എന്നാൽ അയാൾ കുതറി മാറി വീണ്ടും മണിയെ കുത്തി. ബോധരഹിതനായ മണിയെ ഉടൻ അവർ ആശുപത്രിയിൽ എത്തിച്ചു. രാത്രി 12 മണി കഴിഞ്ഞ് മണി മരിച്ചതായി ഡോക്ടർ പറഞ്ഞു.

നളിനിയുടെ മൊഴിയിൽ പൊലീസ് കേസ് എടുത്തു. മൃതദേഹത്തിൽ അഞ്ചു മുറിവുകളുണ്ടായിരുന്നു. അതിൽ നെഞ്ചത്ത് ഏറ്റ മാരകമായ മുറിവ് മൂലമാണ് മണി മരണപ്പെട്ടത് എന്ന് ഡോക്ടർ പറഞ്ഞു.

കൊലപാതകക്കേസ് കോടതിയിൽ വിചാരണയ്ക്കു വന്നു. ദൃക്സാക്ഷികളായി ഭാര്യ നളിനി, മകൾ രമണി, അയൽവാസി പാപ്പച്ചൻ എന്നിവരെയാണ് സർക്കാർ വിസ്തരിച്ചത്. മൂന്നു പേരും കൃത്യമായി സംഭവം വിവരിച്ചു. മൂന്നാം സാക്ഷി അവിടെ അവിചാരിതമായി വന്നയാളാണെന്നും അയാളെ വിശ്വസിക്കരുതെന്നും പ്രതിഭാഗം വാദിച്ചു. രേഖകൾ പ്രകാരം അയാൾ വെറും 80 മീറ്റർ മാത്രം അകലത്തിലാണ് താമസിക്കുന്നത്. അയാളുടെ മൊഴി ഉപേക്ഷിച്ചാലും 1, 2 സാക്ഷികൾ ശക്തമായി തെളിവ് നൽകിയിട്ടുണ്ട്. ഭാര്യയേയും മകളേയും അവിശ്വസിക്കാൻ കാരണമില്ല. പ്രതിഭാഗം സ്വയരക്ഷാവാദം ഉയർത്തി. പ്രതിയുടെ തലയ്ക്ക് ഒരു പരിക്കുണ്ടായിരുന്നു. എന്നാൽ അത് 3, 4 ദിവസങ്ങൾക്ക് മുമ്പ് പ്രതിക്ക് ഏറ്റതാണെന്ന് സ്ഥിരീകരിക്കപ്പെട്ടു.

കുറ്റം സംശയലേശമെന്യേ തെളിയിക്കപ്പെട്ടതിനാൽ കുട്ടപ്പനെ ജീവപര്യന്തം കഠിനതടവിന് ശിക്ഷിച്ചു.

ഒരു പെൺകുട്ടിയുടെ ദാരുണ അന്ത്യം

തളിപ്പറമ്പിനടുത്ത് പുൽമേടുകളും പാറക്കെട്ടുകളും നിറഞ്ഞ ഒരു വിജനപ്രദേശം. സുകുമാരൻ കൈതോല വെട്ടാനാണ് അവിടെ ചെന്നത്. ഒറ്റയടിപ്പാതയുടെ ഓരത്ത് കണ്ട കാഴ്ച സുകുമാരനെ ഞെട്ടിച്ചു. പാവാടയും ബ്ലൗസും ധരിച്ച ഒരു പെൺകുട്ടി അവിടെ മലർന്നു കിടക്കുന്നു. മുഖം തടിച്ച് വീർത്തിരുന്നു. ദേഹമാകെ രക്തം പുരണ്ടിരുന്നു. പെൺകുട്ടി ഞെരങ്ങുന്നുണ്ടായിരുന്നു. അവളുടെ തട്ടം ദൂരെ മാറി കിടക്കുന്നു. ഒരു കാലിൽ മാത്രമേ ചെരിപ്പുള്ളൂ. മറ്റേ ചെരിപ്പു ദൂരെ തെറിച്ചു കിടപ്പുണ്ട്. രക്തം പുരണ്ടും നീര് വന്നും മുഖം ബീഭത്സമായിരുന്നു. ചോദിച്ചിട്ട് ഒന്നും മിണ്ടുന്നുമില്ല. അയാൾ അര ഫർലോങ്ങ് ഓടിയപ്പോൾ ഗോവിന്ദൻ അവിടെ എന്തോ പണിയെടുക്കുന്നതായി കണ്ടു. അയാളെ വിവരം ധരിപ്പിച്ചു. ഗോവിന്ദനും ഉടൻ സ്ഥലത്തെത്തി. പെൺകുട്ടി ആരാണെന്ന് മനസ്സിലായില്ല. അപ്പോൾ അയാളുടെ മകൻ ശശി അതു വഴിവന്നു. ശശിക്ക് ആളെ മനസ്സിലായി. മൂസാന്റെ മകൾ റഷീദയായിരുന്നു ആ കുട്ടി. ഉടൻ ശശി മൂസാനെ വിവരം അറിയിച്ചു. മൂസാനും ഭാര്യയും കൂടി സ്ഥലത്തെത്തി. പൊന്നോമന മകളുടെ അവസ്ഥ കണ്ട് അവരിൽ നിന്ന് ഒരാർത്തനാദമാണ് പുറപ്പെട്ടത്. എല്ലാവരും കൂടി റഷീദയെ തളിപ്പറമ്പ് സർക്കാർ ആശുപത്രിയിൽ എത്തിച്ചു. ഡോക്ടറുടെ നിർദ്ദേശമനുസരിച്ച് കണ്ണൂർ ജില്ലാ ആശുപത്രിയിലേക്ക് കൊണ്ടുപോയി. രാത്രി ആയപ്പോൾ റഷീദ മരിച്ചതായി ഡോക്ടർ പ്രഖ്യാപിച്ചു.

റഷീദ തന്റെ ചെറുവിരലിലെ മുറിവ് കഴുകികെട്ടാൻ ആശുപത്രിയിൽ പോയതായിരുന്നു. അടുത്ത ബന്ധു സുബൈദയേയും കൂട്ടിനു വിളിച്ചിരുന്നു. എന്നാൽ സുബൈദയുടെ കൂടെപോകാൻ അവളുടെ ഉമ്മ സമ്മതിച്ചില്ല.

റഷീദയുടെ ഇടതുചെവി മുറിഞ്ഞ് രക്തം പ്രവഹിച്ചിരുന്നു. കാതിലെ കമ്മൽ നഷ്ടപ്പെട്ടിരുന്നു. 'കനക' ത്തിനു വേണ്ടിയുള്ള കവർച്ചയിൽ ആ ജീവൻ പൊലിഞ്ഞു.

ദേഹപരിശോധനയിൽ മുപ്പതിൽ അധികം പരിക്കുകൾ കാണപ്പെട്ടു. പാവാടയും അരയിലെ ചരടും തട്ടവും ചെരിപ്പും എല്ലാം ബന്തവസ്സിലെടുത്തു. കവർച്ചയ്ക്കും കൊലപാതകത്തിനും കേസ് എടുത്ത് പൊലീസ് അന്വേഷണമാരംഭിച്ചു. പോസ്റ്റ്മാർട്ടം പരിശോധനയിൽ ആന്തരികാവയവങ്ങൾക്കും കഠിനപരിക്കുകൾ കാണപ്പെട്ടു.

ദൃക്സാക്ഷിയില്ലാത്ത സംഭവത്തിന്റെ അന്വേഷണം മുന്നോട്ട് നീങ്ങി. പലരേയും ചോദ്യം ചെയ്തു. കവർച്ചയ്ക്കു വേണ്ടിയാണ് കൊല ചെയ്തത് എന്നതല്ലാതെ ആരാണ് കുറ്റവാളി എന്നതിലേക്ക് പൊലീസിന് എത്തിച്ചേരാൻ സാധിച്ചില്ല.

ഏതുകുറ്റം ചെയ്താലും കുറ്റവാളി ഒരു തെളിവ് അവശേഷിപ്പിക്കും എന്ന കുറ്റാന്വേഷണ ശാസ്ത്രത്തിലെ തത്ത്വത്തിൽ പ്രതീക്ഷ അർപ്പിച്ച് പൊലീസ് കാത്തിരുന്നു. അപ്പോഴാണ് കൃഷ്ണൻ എന്ന ലോറി ഡ്രൈവർക്ക് ഒരു വെളിപാടുണ്ടായത്. സംഭവദിവസം അംബികാ ജ്വല്ലറിയിൽ അയാൾ പോയിരുന്നു. അവിടെ വെച്ച് ഗംഗാധരൻ രണ്ടു കമ്മലുകൾ ഗ്ലാസ്സിട്ട മേശമേൽ വിൽക്കാനായി വക്കുന്നതും അവിടത്തെ ഉടമയുടെ മകൻ അയാളെ മടക്കി അയയ്ക്കുന്നതുമായ ദൃശ്യങ്ങൾ അയാളുടെ മനസ്സിൽ പൊന്തിവന്നു. അന്നു രാത്രി 9 മണിക്കാണ് റഷീദയുടെ ദാരുണ മരണം അയാളറിഞ്ഞത്. റഷീദയുടെ കമ്മലുകൾ പറിച്ചെടുത്തിരുന്ന വിവരവും അയാൾ കേട്ടിരുന്നു. തന്റെ മനസ്സിലെ സംശയം പിറ്റേദിവസം അയാൾ അബൂബക്കറിനോട് പറഞ്ഞു. തന്നെ ചോദ്യം ചെയ്ത പൊലീസിനോട് അബുബക്കർ ഈ വിവരം പറഞ്ഞു.

പൊലീസ് ഗംഗാധരനെ തപ്പിയെടുത്തു. അയാൾ ഒരു ഹോട്ടൽ ജീവനക്കാരനായിരുന്നു. രാത്രി 8 മണി മുതൽ രാവിലെ 8 മണി വരെയാണ് അയാളുടെ ജോലി. സംഭവദിവസം രാവിലെ 8 മണിക്ക് ജോലി കഴിഞ്ഞ് പോയ ഗംഗാധരൻ പിന്നീട് ജോലിക്ക് വന്നിട്ടില്ല എന്നും ഹോട്ടൽ ഉടമ പൊലീസിനോട് പറഞ്ഞു. പക്ഷേ ഇതുമാത്രം കൊണ്ട് ഗംഗാധരനാണ് പ്രതി എന്ന് ഉറപ്പിക്കുക വയ്യ.

സംഭവദിവസം രാവിലെ ഒമ്പതര - പത്തു മണിക്ക് ഗംഗാധരൻ ബസ്സിൽ യാത്ര ചെയ്തതായും തവളപ്പാറയിൽ ഇറങ്ങിയതായും പൊലീസിനു മനസ്സിലായി. സംഭവസ്ഥലം തവളപ്പാറയ്ക്കടുത്തായിരുന്നു. താൻ എന്തിനു സംഭവസ്ഥലത്തു വന്നു എന്ന് ഗംഗാധരന് പൊലീസിനെ ബോധ്യപ്പെടുത്താൻ ബുദ്ധിമുട്ടി. അയാൾ സത്യം തുറന്ന് പറഞ്ഞു. കമ്മൽ അയാൾ വിൽക്കാൻ ജ്വല്ലറിയിൽ പോയതും അതു നടക്കാതായപ്പോൾ അടുത്തുള്ള സഹകരണ ബാങ്കിൽ അത് പണയം വെച്ച് രൂപ കൈപ്പറ്റിയതും അയാൾ സമ്മതിച്ചു. സഹകരണബാങ്കിലെ രേഖകൾ അതു ബലപ്പെടുത്തി.

പിന്നീട് ഗംഗാധരൻ പണയം എടുപ്പിച്ച് ജ്വല്ലറിയിൽ കൊണ്ടുപോയി വിറ്റ കാര്യവും സമ്മതിച്ചു. ഈ കമ്മൽ മൂസ്സാനുവേണ്ടി ഉണ്ടാക്കിയ തട്ടാൻ ലക്ഷ്മണനേയും മനസ്സിലായി. അയാൾ കമ്മൽ തിരിച്ചറിഞ്ഞു.

ചോദ്യം ചെയ്യലിൽ കവർച്ച എങ്ങനെ നിർവ്വഹിച്ചു എന്നും ഗംഗാധരൻ വിവരിച്ചു. പാറക്കല്ലുകൾ കൊണ്ടിടിച്ചാണ് റഷീദയെ ബോധരഹിതയാക്കിയത്. മൃതശരീരത്തിൽ നിന്ന് ആഭരണം കവർന്നത് ഗംഗാധരനാണ് എന്ന് പൊലീസ് തെളിയിച്ചു. അപ്പോൾ റഷീദയുടെ മരണത്തിനും പ്രതിയാണ് ഉത്തരവാദി എന്ന തത്ത്വം സ്വീകരിക്കപ്പെട്ടു. മറിച്ചു തെളിയിക്കുവാൻ പ്രതിക്ക് സാധിച്ചില്ല. സാഹചര്യത്തെളിവുകൾ എല്ലാം വിരൽ ചൂണ്ടുന്നത് പ്രതിക്ക് നേരെയാണ്.

അയാൾ ജീവപര്യന്തം കഠിനതടവിന് ജയിലിൽ അടയ്ക്കപ്പെട്ടു.

കാൽ ഇല്ലാത്ത പ്രേതം

അതിരൂക്ഷമായ ദുർഗന്ധം കൊണ്ട് സഹികെട്ടാണ് പാച്ചൻ തന്റെ വീടിനു പുറത്തിറങ്ങിയത്. രണ്ടുമൂന്നു ദിവസങ്ങളായി അന്തരീക്ഷത്തിൽ തങ്ങി നിൽക്കുന്ന ഈ ദുർഗന്ധത്തിന്റെ ഉദ്ഭവം അറിയണം. അയാൾ വീടിന് പുറത്തിറങ്ങിയപ്പോൾ കൃഷ്ണനും അന്ത്യാളനും ഇതേ പ്രശ്നം. എവിടെയെങ്കിലും എന്തെങ്കിലും ചത്തു ചീഞ്ഞു കിടക്കുന്നുണ്ടോ എന്ന് അവർ ചുറ്റുപാടും പരതിനോക്കി.

ഏകദേശം നൂറുമീറ്റർ നടന്നു ചാത്തന്റെ വീടിനു സമീപമെത്തി. അപ്പോൾ ദുർഗ്ഗന്ധം വർദ്ധിച്ചു. വീടിനു മുമ്പിൽ ഒരു പാറപ്പുറത്ത് ഇരിക്കുന്ന ചാത്തൻ പാച്ചനെ കണ്ടു എഴുന്നേറ്റു. പറമ്പിന്റെ മൂലയിൽ ഈച്ചകൾ കൂട്ടമായി പറക്കുന്ന ദിക്കിലേക്കു നോക്കിയപ്പോൾ പുഴുവരിച്ച നിലയിൽ ഒരു സ്ത്രീശരീരം! അതിനു വലതു കാൽപ്പത്തി ഇല്ലായിരുന്നു. പരിഭ്രമിച്ച ചാത്തൻ വിവരമെല്ലാം പറഞ്ഞു.

ചാത്തന്റേയും കല്യാണിയുടേയും പ്രേമവിവാഹമായിരുന്നു. കല്യാണി എഴുത്തച്ഛൻ സമുദായക്കാരിയായതു കൊണ്ട് ആദ്യം ചില എതിർപ്പുകൾ വീട്ടുകാരിൽ നിന്നുണ്ടായിരുന്നു. ഇപ്പോൾ വിവാഹം കഴിഞ്ഞ് ഏഴു കൊല്ലമായി. രണ്ടു കുട്ടികളുമുണ്ട്. എന്നാൽ ചാത്തന് കല്യാണിയുടെ ചാരിത്ര്യത്തെക്കുറിച്ച് സംശയമുണ്ടായിരുന്നു. മറ്റു ചെറുപ്പക്കാരുമായുള്ള വഴിവിട്ട ബന്ധം ചാത്തന്റെ ചെവിയിലും എത്തിയിരുന്നു. ഇതിനെക്കുറിച്ച് വഴക്കുണ്ടാക്കുക ചാത്തന്റെ പതിവായിരുന്നു.

പാച്ചനോട് ചാത്തൻ താൻ കല്യാണിയെ കാലിൽ വെട്ടിയതായി പറഞ്ഞു. അയാൾ അടുത്ത് താമസിക്കുന്ന അച്ഛൻ കൊളവന്റെ വീട്ടിലേക്കു പോയി. പാച്ചനും പുറകേ പോയി. കുറേ നേരമായിട്ടു ചാത്തനെ കാണാതിരുന്നതിനാൽ പാച്ചനും കൂട്ടരും

വീടിനകത്ത് കയറി അന്വേഷിച്ചു. കാലിൽ നിന്നും രക്തമൊലിപ്പിച്ച് കൊണ്ട് നിൽക്കുന്ന ചാത്തനെയാണവർക്ക് കാണാൻ കഴിഞ്ഞത്. അയാൾ സ്വയം തന്റെ കാലിൽ വെട്ടുകയായിരുന്നു. സംഭവം മറ്റുള്ളവർ അറിഞ്ഞതിലുള്ള വിഷമവും കുറ്റം ചെയ്തതിലുള്ള പശ്ചാത്താപവുമാണ് അയാളെ ഈ കൃത്യത്തിന് പ്രേരിപ്പിച്ചത്. “കല്യാണിയെ ഞാനാണ് വെട്ടിയത്. എനിക്ക് ആ ഗതി തന്നെ വരട്ടെ” എന്നാണയാൾ പറഞ്ഞത്.

പാച്ചനും കൊളവനും മറ്റും കൂടി ഉടൻ ചാത്തനെ ആശുപത്രിയിൽ എത്തിച്ചു. വെട്ടുകത്തി കൊണ്ട് സ്വയം വെട്ടിമുറിവേൽപ്പിച്ചാൽ ഉണ്ടാകാവുന്ന പരിക്ക് എന്നാണ് ഡോക്ടറും അതിനെ വിശേഷിപ്പിച്ചിട്ടുള്ളത്.

കല്യാണിയുടെ ശവശരീരം പരിശോധിച്ച് പോസ്റ്റ്മാർട്ടം നടത്തി. മരണം നടന്നത് പതിനഞ്ചു ദിവസം മുമ്പാണ് എന്ന് ഡോക്ടർ അഭിപ്രായം അറിയിച്ചു. പൊലീസ് കേസ് എടുത്ത് അന്വേഷണമാരംഭിച്ചു. സമീപത്തുള്ള ഒരു തോടിന്റെ വക്കിൽ ഒരു പ്ലാസ്റ്റിക് പൊതിയിൽ കല്യാണിയുടെ വലതുകാൽപാദം പുഴുവരിച്ച നിലയിൽ കണ്ടുകിട്ടി. അതു പരിശോധിച്ചു പോസ്റ്റ്മോർട്ടം ചെയ്തു. എല്ലാ അസ്ഥികളും അതിലുണ്ടായിരുന്നു. പ്രധാനപ്പെട്ട ഒരു രക്തധമനി പൊട്ടി രക്തം വാർന്നുപോയാൽ കാലിൽ വെട്ടിയ പരിക്ക് കൊണ്ട് മരണം സംഭവിക്കാമെന്ന് ഡോക്ടർ പറഞ്ഞു.

കൊലപാതകത്തിനും തെളിവ് മറച്ചുപിടിച്ചതിനുമാണ് ചാത്തനെതിരെ കോടതിയിൽ കുറ്റപത്രം സമർപ്പിക്കപ്പെട്ടത്. ദൃക്സാക്ഷിയില്ലാത്ത കേസിൽ പൊലീസ് പൂർണ്ണമായും ആശ്രയിച്ചത് സാഹചര്യത്തെളിവിനെയായിരുന്നു.

കേസിൽ ഏറ്റവും നിർണ്ണായകമായത് അച്ഛൻ കൊളവന്റെ മൊഴികളായിരുന്നു. അത് കോടതിക്ക് പുറത്തുള്ള കുറ്റസമ്മതം എന്ന ഗണത്തിൽപെടുത്താം. സംഭവം നടക്കുന്നതിന് മുമ്പുള്ള അയൽവാസികളുടെ സാക്ഷ്യപ്പെടുത്തലുകൾ പൊലീസിന് സഹായകമായി. ചാത്തനും കല്യാണിയുമായുള്ള നിരന്തര വഴക്കുകൾ.

സ്വന്തം അച്ഛനോടുള്ള ചാത്തന്റെ കുറ്റസമ്മതം വിലപ്പെട്ട തെളിവായി പരിഗണിച്ചു. ചാത്തൻ പറഞ്ഞതനുസരിച്ച് കണ്ടെടുത്ത വെട്ടുകത്തി തെളിവിനെ ബലപ്പെടുത്തി. സംഭവത്തിനു

ശേഷമുള്ള ചാത്തന്റെ പെരുമാറ്റം സാഹചര്യത്തെളിവിന് ഒന്നാന്തരം നിദർശനമാണ്. അയാൾ സ്വയം വെട്ടി പരിക്കേൽപ്പിച്ചതിന് മറ്റു യാതൊരു കാരണങ്ങളുമില്ല.

മനുഷ്യമനസ്സാക്ഷിയെ ഞെട്ടിച്ച ഈ സംഭവത്തിന് ദൃക്സാക്ഷി പ്രകൃതി തന്നെയാണ്. മനുഷ്യമാംസത്തിന്റെ ചീഞ്ഞ ദുർഗ്ഗന്ധം ഈ സംഭവത്തിനെ പുറത്ത് കൊണ്ടുവന്നു.

സാക്ഷികൾ നുണപറയാം, എന്നാൽ സാഹചര്യം ഒരിക്കലും നുണ പറയില്ല എന്ന കാലത്തെ അതിജീവിക്കുന്ന നൈയാമിക സത്യം ചാത്തനെ ജീവപര്യന്തം കഠിനതടവിലേക്ക് ആനയിച്ചു.

കൊലപാതകമോ
മുങ്ങിമരണമോ?

മദ്ധ്യവയസ്കനും ആരോഗ്യദൃഢഗാത്രനുമായിരുന്ന മാമിയുടെ മൃതദേഹം കനോലി കനാലിൽ പൊങ്ങിക്കിടക്കുന്നത് കണ്ടത് ശശി ആയിരുന്നു. അമ്മാവൻ മാമിയെക്കുറിച്ച് ശശിക്ക് നല്ല അഭിപ്രായമുണ്ടായിരുന്നില്ല. മദ്യപാനിയും ആരോടും വഴക്കുണ്ടാക്കുന്നയാളുമായ മാമി പുഴയിൽ മുങ്ങിമരിക്കാൻ എല്ലാ സാധ്യതകളുമുണ്ട്. അസ്വഭാവികമരണത്തിന് പൊലീസ് കേസ് എടുത്തു. കുളിക്കുമ്പോൾ കാൽ തെറ്റി വീണതാകാമെന്നാണ് ശശി ധരിച്ചത്. പക്ഷേ മൃതദേഹത്തിൽ വസ്ത്രമൊന്നുമുണ്ടായിരുന്നില്ല.

പൊലീസ് അന്വേഷണത്തിൽ കൂടുതൽ കാര്യങ്ങൾ വ്യക്തമായി. മാമിയുടെ ഭാര്യ വിലാസിനിക്കും തന്റെ ഭർത്താവിനെക്കുറിച്ച് നല്ല അഭിപ്രായമുണ്ടായിരുന്നില്ല. വിവാഹം കഴിഞ്ഞിട്ട് പതിനഞ്ചു വർഷങ്ങളായി. ഒരു കുട്ടിയുണ്ട്. എന്നാൽ കഴിഞ്ഞ ഒമ്പതുവർഷമായി മാമിക്ക് മറ്റൊരു ബന്ധമുണ്ട്. അവിവാഹിതയായ ബേബിയുമായി. ബേബിക്ക് ഒരു മകനുമുണ്ട്. പക്ഷേ അവന്റെ അച്ഛൻ ആരെന്നറിയില്ല. മാമി മരിച്ച രാത്രി വീട്ടിൽ വന്നില്ല. വീട്ടിൽ വരാത്ത ദിവസം മാമി ബേബിയുടെ കൂടെയായിരിക്കും. ബേബി അവളെ വിവാഹം കഴിക്കണമെന്ന് മാമിയെ നിർബന്ധിക്കാറുണ്ട്.

ബേബി ചാക്കപ്പൻ മാഷിന്റെ വീട്ടിലാണ് ജോലി ചെയ്തിരുന്നത്. ബേബിക്ക് മാമിയുമായുള്ള ബന്ധം മാഷിനറിയാമായിരുന്നു. മാഷിന് ഒരു മോട്ടോർ ഷെഡ്ഡുണ്ട്. അവിടെ ഇടയ്ക്ക് ബേബി മാമിയുമായി സംഗമിക്കാറുണ്ടെന്നുള്ള വിവരവും.

മാമിയുടെ മൃതദേഹം ചാക്കപ്പൻ മാഷും കണ്ടു. കമിഴ്ന്നു കിടക്കുന്ന നഗ്നശരീരം. പള്ളിയിൽ നിന്ന് വീട്ടിൽ വന്നപ്പോൾ ബേബി അവിടെയുണ്ട്. അവൾ വിഷാദമൂകയായിരുന്നു. ഏതായാലും അന്നു ജോലി ചെയ്യേണ്ട വീട്ടിൽ പൊയ്ക്കോളാൻ മാഷ് ബേബിയെ അനുവദിച്ചു. എന്നാൽ ബേബി പോയില്ല.

പൊലീസ് ബേബിയെ ചോദ്യം ചെയ്തു. സംഭവദിവസം രാത്രി മാമി ബേബിയുമായി മോട്ടോർ ഷെഡ്ഡിൽ ഒന്നിച്ച് കൂടിയതായി ബേബി സമ്മതിച്ചു. ബേബി തന്നെ വിവാഹം കഴിക്കണമെന്ന് മാമിയോട് ആവശ്യപ്പെട്ടു. മാമി ബേബിയെ അനുനയിപ്പിക്കാൻ ശ്രമിച്ചു. പിന്നീട് വാക്കേറ്റമായി. മാമി അമിതമായി മദ്യപിച്ചിരുന്നു. തന്നെ തള്ളിയപ്പോൾ താനും തള്ളി. സഹശയനത്തിനു ശേഷമായതുകൊണ്ട് മാമിക്ക് വസ്ത്രമൊന്നുമുണ്ടായിരുന്നില്ല. മാത്രമല്ല മാമി കനാലിൽ വീണശേഷം മാമിയുടെ വസ്ത്രങ്ങൾ താൻ കൊണ്ടുപോയി. ഒരു ഷർട്ടും മുണ്ടും ബേബി പൊലീസിൽ ഹാജരാക്കി.

കൂടുതൽ അന്വേഷണത്തിൽ മാമിയുടെ അടിവസ്ത്രം ചാക്കപ്പൻ മാഷിന്റെ ഷെഡ്ഡിൽ നിന്നും പൊലീസ് കണ്ടെടുത്തു. ബേബിയുടെ മകൻ ഡേവീസ് ചെറിയ കുട്ടിയാണെങ്കിലും അവനും തന്റെ അമ്മയും മാമിയുമായി ഇഷ്ടമാണെന്നുള്ള കാര്യം പൊലീസിൽ പറഞ്ഞു. ഷെഡ്ഡിൽ വച്ചാണ് അവർ തമ്മിൽ കാണുന്നതെന്നും മാമിയുടെ വസ്ത്രങ്ങൾ അമ്മ വീട്ടിൽ സൂക്ഷിച്ച കാര്യവും അവനറിയാം.

ബേബിയുടെ കൂടെ ജോലി ചെയ്യാറുള്ള കൊച്ചുത്രേസ്യയും ബേബിയും മാമിയുമായുള്ള അടുപ്പം പൊലീസിൽ പറഞ്ഞു. മാമിയുടെ ദേഹപരിശോധനയിലും ചില പരിക്കുകൾ കാണപ്പെട്ടു. അവ ഉരഞ്ഞാൽ ഉണ്ടാകാവുന്നതാണ്. പോസ്റ്റ്മാർട്ടം പരിശോധനയിൽ മരണം മുങ്ങിമരണം തന്നെയെന്ന് ഉറച്ചു.

വിചാരണയിൽ സാക്ഷികൾ എല്ലാവരും കൂറുമാറി. മാമിയുടെ വസ്ത്രങ്ങൾ ബേബിയുടെ കൈവശമായിരുന്നു എന്നും മരിക്കുന്നതിനു തൊട്ടുമുമ്പ് മാമി ബേബിയുമായി സഹവസിച്ചെന്നും പൊലീസ് തെളിയിച്ചു. പക്ഷേ ആ തെളിവുകൾ പൂർണ്ണമായി വിശ്വസിക്കാൻ കോടതിക്ക് കഴിഞ്ഞില്ല. വസ്ത്രങ്ങൾ ബേബിയുടെ വീട്ടിൽ നിന്നെടുക്കുമ്പോൾ കണ്ട സാക്ഷികൾക്ക്

അവരുടെ സാന്നിദ്ധ്യം ന്യായീകരിക്കാൻ കഴിഞ്ഞില്ല. എത്ര സമയംവരെ മാമി ബേബിയുമായി കഴിഞ്ഞു എന്നുള്ളതിനും വ്യക്തമായ തെളിവില്ലായിരുന്നു. സാഹചര്യത്തെളിവുകളുടെ കണ്ണികൾ പൂർണ്ണമായി യോജിച്ചിരുന്നില്ല. സംശയത്തിന്റെ ആനുകൂല്യം പ്രതിക്ക് നൽകി.

ബേബി മോചിപ്പിക്കപ്പെട്ടു.

നവവധുവിന്റെ കൊലപാതകം

മൂന്നര പതിറ്റാണ്ടുമുമ്പ് തിരുവനന്തപുരം ജില്ലാ സെഷൻസ് ജഡ്ജിയുടെ കോടതിയിൽ വിചാരണയ്ക്കുവന്ന ഒരു കൊലപാതകക്കേസ്.

നെയ്യാറ്റിൻകര പൊലീസ് സർക്കിൾ ഇൻസ്പെക്ടറാണ് ആ കേസിലെ കുറ്റപത്രം ഹാജരാക്കിയത്. വേദനായകം എന്ന പ്രതി തന്റെ മകന്റെ ഭാര്യയായ ശോഭിനി വീട്ടിൽ കിടന്നുറങ്ങുമ്പോൾ ബലാത്സംഗശ്രമത്തിനിടയിൽ അവളുടെ ഇടതുസ്തനത്തിൽ പിടിച്ചെന്നും തടസ്സം പിടിച്ച ശോഭിനിയെ അവളുടെ സാരിത്തലപ്പുകൊണ്ട് കഴുത്തിൽ ചുറ്റി ശ്വാസംമുട്ടിച്ചു കൊന്നു എന്നുമായിരുന്നു കേസ്.

ശോഭിനി പൊതുമരാമത്തു വകുപ്പിൽ ഓവർസിയർ ആയിരുന്നു. ജയിലറായിരുന്ന സുരേന്ദ്രനാഥ് അവളെ വിവാഹം ചെയ്തത് മെയ്മാസം 24നായിരുന്നു. എന്നാൽ അവൾക്കനുരൂപനായിരുന്ന ഭർത്താവിന്റെ വീട്ടിൽ കിടപ്പുമുറിയിൽവെച്ച് വിവാഹത്തിന്റെ നാലാംനാൾ അവൾ കൊല ചെയ്യപ്പെട്ടു.

കിടപ്പുമുറിയിൽ ചലനമറ്റു കിടന്ന ശോഭിനിയെ ഭർത്താവിന്റെ അമ്മയാണ് ആദ്യം കണ്ടത്. അവൾ ഭർത്താവിനെ വിവരം അറിയിച്ചു. അയാൾ ഒരു നാട്ടുവൈദ്യനെ കൂട്ടിക്കൊണ്ടുവന്ന് അവളെ പരിശോധിപ്പിച്ചു. കുരുമുളകുചെടിയുടെ ഇലകൊണ്ട് ആവി പിടിച്ചു നോക്കി. ശരീരത്തിന്റെ ചൂടു നഷ്ടപ്പെട്ടു എന്നു മനസ്സിലാക്കിയ വൈദ്യൻ അവളെ ഉടൻ ഒരു ആശുപത്രിയിൽ എത്തിക്കാൻ ആവശ്യപ്പെട്ടു. അങ്ങനെ ഒരു കാറിൽ ആശുപത്രിയിൽ എത്തിക്കപ്പെട്ട ശോഭിനി മരിച്ചതായി ഡോക്ടർ പറഞ്ഞു. ഉടൻ വിവരം ശോഭിനിയുടെ ബന്ധുക്കളെ അറിയിച്ചു.

ശോഭിനിയുടെ സഹോദരൻ ബലരാജാണ് ആദ്യം ആശുപത്രിയിൽ എത്തിയത്. സഹോദരിയുടെ കഴുത്തിൽ ഒരു മുറിപ്പാടു കണ്ട ബലരാജ് വിവരം ഡോക്ടറുടെ ശ്രദ്ധയിൽപെടുത്തി. അയാൾ പൊലീസ് സ്റ്റേഷനിലും വിവരം പറഞ്ഞു. ബലരാജിന്റെ മൊഴിയുടെ അടിസ്ഥാനത്തിൽ സംശയകരമായ മരണത്തിൽ പൊലീസ് കേസെടുത്തു. എഫ്.ഐ.ആർ. രജിസ്റ്റർ ചെയ്തു. പൊലീസ് ആശുപത്രിയിൽ എത്തി, ദേഹപരിശോധന നടത്തി. ശരീരത്തിൽ കണ്ട മുറിവുകൾ രേഖപ്പെടുത്തി ഇൻക്വസ്റ്റ് റിപ്പോർട്ട് തയ്യാറാക്കി. ദേഹം പോസ്റ്റ്മോർട്ടം ചെയ്ത് കേസന്വേഷണം ആരംഭിച്ചു. ശോഭിനിയുടെ വസ്ത്രങ്ങളും കുരുമുളകിന്റെ ഇലകളും പാതി കത്തിക്കരിഞ്ഞ ഉമിയും അടുപ്പും മറ്റും ബന്തവസ്സിലെടുത്തു.

സാക്ഷികളെ വിസ്തരിച്ച ഈ കേസിൽ പൊലീസ് 15 രേഖാതെളിവുകളും ഹാജരാക്കി. ശോഭിനിയുടെ സാരി മുതൽ പ്രതിയിൽ നിന്നും കണ്ടെടുത്ത 25 പൈസ നാണയത്തുട്ടുകൾ ഉൾപ്പെടെ 10 തൊണ്ടി മുതലുകളും ഹാജരാക്കി. സംഭവമുണ്ടായി ആറുമാസം തികയുന്ന ദിവസം ഈ കേസിന്റെ വിധിയും പ്രസ്താവിക്കപ്പെട്ടു. സർക്കാരിനുവേണ്ടി അഡീഷണൽ പബ്ലിക് പ്രൊസിക്യൂട്ടർ ശ്രീ. പി. പരമേശ്വര കൈമൾ ഹാജരായപ്പോൾ പ്രതിക്കുവേണ്ടി കോടതി നിയമിച്ച ശ്രീ. ജെ. എം. ജെയിംസാണ് (പിന്നീട് ജസ്റ്റിസ് ജെ. എം. ജയിംസ്) ഹാജരായത്.

ഈ കേസിൽ ഒന്നാം സാക്ഷിയായി വിസ്തരിച്ചത് ശോഭിനിയുടെ സഹോദരൻ ബൽരാജായിരുന്നു. 24-ാം തിയതി ആയിരുന്നു ശോഭിനിയുടെ വിവാഹം. 26-ാം ന് ബൽരാജ് താമസിക്കുന്ന സ്വന്തം വീട്ടിൽ വന്നു. എന്നാൽ പിറ്റേദിവസം വൈകീട്ട് 4 മണിക്ക് അവൾ തിരികെ ഭർത്താവിന്റെ വീട്ടിലേക്ക് പോയതായി ബൽരാജ് കോടതിയിൽ പറഞ്ഞു. 28-ാം തിയതി രാത്രി 8.30 മണിക്ക് ഒരു ടാക്സി ഡ്രൈവറാണ് ശോഭിനിയെ അബോധാവസ്ഥയിൽ ആശുപത്രിയിൽ പ്രവേശിപ്പിക്കപ്പെട്ട വിവരം തന്നെ അറിയിച്ചത്. ആ കാറിൽ ശോഭിനിയുടെ ഭർത്താവിന്റെ അച്ഛൻ ഉണ്ടായിരുന്നതായും ബൽരാജ് ഓർമ്മിച്ചു. തന്റെ സഹോദരി ലീല, സഹോദരൻ ദിലീപ് എന്നിവരോടൊപ്പം ആ കാറിൽതന്നെ ബൽരാജ് നെയ്യാറ്റിൻകര താലൂക്ക് ആശുപത്രിയിലേക്ക്

പുറപ്പെട്ടു. കാഷ്വാലിറ്റി മുറിയിൽ സഹോദരി ശോഭിനിയുടെ മൃതദേഹം കിടത്തിയിരുന്നു.

തലേദിവസം ശോഭിനി തന്റെ വീട്ടിൽനിന്ന് ഭർതൃവീട്ടിലേക്ക് പോരുമ്പോൾ അവൾക്ക് യാതൊരു അസുഖവും ഉണ്ടായിരുന്നില്ല. അവൾ തികച്ചും ഉല്ലാസവതിയായിരുന്നു. ശോഭിനിയുടെ ശരീരത്തിൽ കഴുത്തിലെ മുറിപ്പാട് പെട്ടെന്നാണ് ബൽരാജിന്റെ ശ്രദ്ധയിൽപെട്ടത്. ഉടൻ അയാൾ പൊലീസിൽ വിവരം പറഞ്ഞതനുസരിച്ചാണ് കേസ് രജിസ്റ്റർ ചെയ്തത്. തന്റെ സഹോദരിയെ ആരോ കഴുത്ത് ഞെരിച്ച് കൊലപ്പെടുത്തിയതാണെന്നുള്ള ഞെട്ടിക്കുന്ന വിവരം ഡോക്ടർ തന്നെയാണ് ബൽരാജിനോട് പറഞ്ഞത്. എതിർ വിസ്താരത്തിൽ ശോഭിനി സ്വന്തം വീട്ടിൽ നിന്ന് ഭർത്താവിന്റെ വീട്ടിലേക്ക് തിരിക്കുമ്പോൾ അവൾക്ക് കഠിനമായ വയറുവേദന ഉണ്ടായിരുന്നതായും സ്വതവേ ശോഭിനി ഒരു ഹിസ്റ്റീരിയ രോഗി ആയിരുന്നെന്നും പ്രതിഭാഗത്തുനിന്നും ആരോപിക്കപ്പെട്ടു. എന്നാൽ ബൽരാജ് അവയെല്ലാം നിഷേധിച്ചു.

രണ്ടാം സാക്ഷിയായി വിസ്തരിക്കപ്പെട്ടത് ശോഭിനിയുടെ ഭർത്താവ് സുരേന്ദ്രനായിരുന്നു. സംഭവദിവസം കാലത്ത് അയാളുടെ വീട്ടിൽ ഭാര്യ ശോഭിനിയെ കൂടാതെ അച്ഛനും രണ്ടാനമ്മയും രണ്ടാനമ്മയുടെ അമ്മയും ഉണ്ടായിരുന്നതായി അയാൾ പറഞ്ഞു. രണ്ടാനമ്മയുടെ സഹോദരന്റെ 13ഉം 12ഉം വയസ്സായ രണ്ടു കുട്ടികളും അയാളുടെ ഇളയ സഹോദരൻ ശശികുമാറും ആ വീട്ടിൽ താമസിച്ചിരുന്നു. ബൽരാജിന്റെ സഹോദരി വിമലകുമാരിയും ഭർത്താവ് രവീന്ദ്രനും വിവാഹത്തിൽ പങ്കുകൊള്ളുവാൻ 26ന് അവിടെ എത്തിയിരുന്നു. പിറ്റേദിവസം ഉച്ചയ്ക്ക് 3.30 മണിയോടെയാണ് അവർ തിരികെ പോയത്. ഭാര്യവീട്ടിലെ എല്ലാവരോടും നല്ല ബന്ധം പുലർത്തിയിരുന്നതായും അയാൾ പറഞ്ഞു.

മൂന്നാം സാക്ഷിയായി വിസ്തരിക്കപ്പെട്ടത് കമലമ്മ എന്ന സ്ത്രീ ശോഭിനിയുടെ ഭർത്താവിന്റെ രണ്ടാനമ്മയാണ്. അവർ ഇങ്ങനെ പറഞ്ഞു, സുരേന്ദ്രനാഥനും ഭാര്യ ശോഭിനിയും പ്രതിയുടെ വീട്ടിലാണ് വിവാഹശേഷം താമസിച്ചത്. അവർ സന്തോഷമായിട്ടാണോ അവിടെ കഴിഞ്ഞിരുന്നത് എന്ന ചോദ്യത്തിന്

എനിക്കറിയില്ല എന്നാണ് മറുപടി നൽകിയത്. 26-ാംന് സ്വന്തം വീട്ടിലേക്ക് പോയ ശോഭിനി പിറ്റേദിവസമാണ് മടങ്ങി എത്തിയത്. തന്റെ അമ്മയും സഹോദരന്റെ രണ്ടു കുട്ടികളും ആ വീട്ടിൽ താമസിക്കുന്നതായി കമലമ്മ വെളിപ്പെടുത്തി.

സംഭവദിവസം അതായത് 28-ാം തിയതി രാവിലെ 9 മണിക്ക് പ്രതി തന്റെ മകൾ വിമലകുമാരിയോടൊത്ത് അവളുടെ ഭർത്താവിന്റെ വീട്ടിൽ പോയിരുന്നു. കൂടെ പ്രതിയുടെ ഇളയ മകൻ ശശികുമാറും പോയിരുന്നു. എന്നാൽ പ്രതി വൈകീട്ട് 7 മണിക്ക് തിരിച്ചുവന്നു. ഉച്ചയ്ക്ക് ശോഭിനിയും ഭർത്താവും ഊണ് കഴിഞ്ഞ് സ്വന്തം മുറിയിലേക്ക് പോയിരുന്നു. വൈകീട്ട് 7 മണിക്ക് ശോഭിനിയെ സ്വന്തം കട്ടിലിൽ കിടക്കുന്നതായി കണ്ടു എന്ന് കമലമ്മ ഓർമ്മിക്കുന്നു. അപ്പോൾ പ്രതിയും വീട്ടിലുണ്ട്. മുറിയിൽ അപ്പോൾ വെളിച്ചമില്ലായിരുന്നു. വിളക്കുമെടുത്ത് താൻ വന്ന് ശോഭിനിയെ വിളിച്ചു. അവൾ ചലനരഹിതയായി കിടക്കുകയായിരുന്നു. വിവരം താൻ അമ്മയോട് പറഞ്ഞപ്പോൾ, അമ്മയും വന്ന് ശോഭിനിയെ വിളിച്ചു. അപ്പോഴും മറുപടി ഇല്ല. അതിനാൽ പ്രതിയോട് വിവരം പറഞ്ഞു. പ്രതിയാണ് പാക്യം നാടാർ എന്ന നാട്ടുവൈദ്യനെ കൊണ്ടുവന്നത്. അയാൾ കുരുമുളക് ഇല ഇട്ടുവെള്ളം തിളപ്പിച്ച് ശോഭിനിയെ ആവി പിടിച്ചു. ഫലമില്ലാതായപ്പോൾ ആശുപത്രിയിലേക്ക് കൊണ്ടുപോയി.

സംഭവദിവസം അവൾ അയൽക്കാരി പാറുക്കുട്ടിയുടെ വീട്ടിൽ പോയിരുന്നുവെന്നും ഭർത്താവിന്റെ ആവശ്യപ്രകാരം അമ്മയാണ് തന്നെ വീട്ടിലേക്ക് വിളിച്ചതെന്നുമുള്ള അവരുടെ മൊഴി വീണ്ടു ചോദ്യം ചെയ്തപ്പോൾ സർക്കാർ വക്കീലിനോട് അവർ നിഷേധിച്ചു. അതിനാൽ കമലമ്മ കൂറുമാറിയതായി സർക്കാർ ഭാഗം പ്രഖ്യാപിച്ചു. കേസിൽ പൊലീസ് കേസ് അനുസരിച്ചാണ് അവർ മൊഴി നൽകിയത്. മജിസ്ട്രേറ്റിന്റെ മുമ്പിലും അവർ അത്തരം മൊഴി കൊടുത്തിരുന്നു. എന്നാൽ അത് പൊലീസിനെ ഭയന്നാണ് താൻ ചെയ്തതെന്ന് അവർ കോടതിയിൽ പറഞ്ഞു. മുമ്പ് പൊലീസിൽ പറഞ്ഞതിനു വ്യത്യസ്തമായും വിരുദ്ധമായും അവർ പറഞ്ഞ മൊഴികൾ കോടതിയിൽ അക്കമിട്ട് തെളിവിനായി പ്രത്യേകം അടയാളപ്പെടുത്തി.

കമലമ്മയുടെ അമ്മ അമ്മുക്കുട്ടിയാണ് നാലാം സാക്ഷിയായി വിസ്തരിക്കപ്പെട്ടത്. സംഭവദിവസം വൈകീട്ട് ഏഴുമണിക്ക് പ്രതി വീട്ടിലുണ്ടായിരുന്നതായി അവർ പറഞ്ഞു. എന്നാൽ പൊലീസിൽ അവർ പറഞ്ഞത് പ്രതി അഞ്ചേമുക്കാൽ മണിയോടെ തിരിച്ചുവന്നു എന്നായിരുന്നു. ഇത് അവർ കോടതിയിൽ നിഷേധിച്ചു. സർക്കാർ ഭാഗം അവരെ കൂറുമാറിയതായി പ്രഖ്യാപിച്ചു. എന്നാൽ വൈകീട്ട് 5.45 മണിക്ക് പ്രതി വീട്ടിൽ തിരികെ വന്നതായി മജിസ്ട്രേറ്റിനോട് പറഞ്ഞതായി അവർ സമ്മതിച്ചു. പൊലീസ് കേസിന് അനുകൂലമായി മൊഴികൊടുത്തത് പൊലീസ് ഭീഷണിപ്പെടുത്തിയതുമൂലമാണ് എന്നും അവർ കോടതിയിൽ പറഞ്ഞു.

അഞ്ചാം സാക്ഷി, പ്രതിയുടെ സുഹൃത്തായ ഒരു ഭാർഗ്ഗവൻപിള്ള ആയിരുന്നു. സംഭവദിവസം പ്രതി തന്റെ വീട്ടിൽ വന്നിരുന്നതായി അയാൾ പറഞ്ഞു. രണ്ടു വീടുകളും തമ്മിൽ കുറച്ചു അകലമേയുള്ളൂ. സംഭവദിവസം വൈകീട്ട് 5.30ന് താൻ പ്രതിയുടെ വീട്ടിൽ ചെന്നിരുന്നു എന്നും അപ്പോൾ മുൻവശത്ത് ആരേയും കാണാനില്ലായിരുന്നു എന്നും വാതിലുകൾ അടച്ചിരുന്നു എന്നും അയാൾ പറഞ്ഞു. എന്നാൽ വീടിന്റെ തെക്കെ മുറിയിൽ നിന്നും ഒരു ഞരക്കം കേട്ടിരുന്നു. ആരുമില്ലേയിവിടെ എന്ന് ചോദിച്ചപ്പോൾ തെക്കേ മുറിയിൽ നിന്ന് പ്രതി ഇറങ്ങി വന്നതായും ഭാർഗ്ഗവൻപിള്ള പറഞ്ഞു. അന്ന് പ്രതി തന്റെ വീട്ടിൽ വരാമെന്നും പറഞ്ഞിരുന്നു എന്നും കാണാതായതുകൊണ്ട് അന്വേഷിച്ചുചെന്നതായിരുന്നു എന്നും കൂടുതൽ ചോദ്യത്തിന് സാക്ഷി മറുപടി നൽകി.

പ്രതിയും ഭാര്യയും തെക്കേമുറിയിൽ പ്രവേശിച്ചു. പെട്ടെന്ന് ഇറങ്ങി വന്നതായും പറഞ്ഞു. വിളക്കു കൊളുത്താനും ബൈബിൾ എടുക്കാനും ശോഭിനിയെ വിളിക്കാനും പ്രതി പറഞ്ഞതായി സാക്ഷി ഓർമ്മിച്ചു. തന്റെ ഭാര്യ മുറിയിൽപോയി ശോഭിനിയെ വിളിച്ചു. യാതൊരു പ്രതികരണവും ഉണ്ടായില്ല. ശോഭിനി കട്ടിലിൽ കിടക്കുന്നതുകണ്ട് പാക്യം വൈദ്യരെ വിളിക്കാൻ താൻ പ്രതിയോട് പറഞ്ഞു. സുരേന്ദ്രനാഥനെ വിവരം അറിയിക്കാനും പറഞ്ഞു. പിന്നീട് പാക്യം വൈദ്യർ വന്ന് പരിശോധിച്ചു. ശോഭിനിയുടെ ശരീരം തണുത്തു എന്ന് പറഞ്ഞു.

പിന്നീട് സുരേന്ദ്രനാഥൻ വന്നു. ശോഭിനിയെ വിളിച്ചുവെങ്കിലും ഒരു പ്രയോജനവും ഉണ്ടായില്ല.

ആറാം സാക്ഷി മണിയൻ എന്ന കാർ ഡ്രൈവറാണ് ശോഭിനിയെ ആശുപത്രിയിൽ എത്തിച്ചത്. കമലമ്മയും വിമല കുമാരിയും കാറിലുണ്ടായിരുന്നതായി അയാൾ പറഞ്ഞു.

പ്രതിയുടെ തൊട്ടയൽവാസിയായ നാരായണപിള്ളയെ ഏഴാം സാക്ഷിയായി വിസ്തരിച്ചു. സംഭവദിവസം അഞ്ച് മണിക്ക് അയാൾ ശോഭിനിയെ കണ്ടിരുന്നു. അപ്പോൾ അയാൾക്ക് യാതൊരു സംശയവും തോന്നിയില്ല. കിണറിനരികെ ശോഭിനി അമ്മുക്കുട്ടിയുമായി സംസാരിക്കുന്നതാണ് നാരായണപിള്ള കണ്ടത്. പെട്ടെന്ന് ശോഭിനിക്ക് എന്തു സംഭവിച്ചു എന്ന് താൻ പ്രതിയോട് ചോദിച്ചു. ശോഭിനിക്ക് ബോധക്കേടുണ്ടായി എന്ന് പ്രതി പറഞ്ഞു. രണ്ടാം സാക്ഷി സുരേന്ദ്രന്റെ കല്യാണദിവസം ആ വീട്ടിലേക്ക് വിദ്യുച്ഛക്തി കണക്ഷൻ എടുത്തത് തന്റെ വീട്ടിൽ നിന്നായിരുന്നുവെന്നും നാരായണപിള്ള കൂട്ടിച്ചേർത്തു.

എട്ടാം സാക്ഷി പാക്യം വൈദ്യർ പ്രതി പറഞ്ഞതനുസരിച്ച് ശോഭിനിക്ക് കുരുമുളകു ചികിത്സ നടത്തിയതായി പറഞ്ഞു. താൻ സംഭവദിവസം 6.30ന് ശോഭിനിയെ പരിശോധിച്ചു. പൾസ് തീരെ കുറവായിരുന്നു. അതുകൊണ്ട് ആശുപത്രിയിൽ കൊണ്ടു പോകാൻ പറഞ്ഞിരുന്നു. താൻ അവിടെ ചെല്ലുമ്പോൾ ഭാർഗ്ഗ വൻപിള്ളയും സുരേന്ദ്രനാഥനും രണ്ട് കുട്ടികളും അവിടെ ഉണ്ടാ യിരുന്നു. താൻ 4-5 കുരുമുളകുചെടിയുടെ ഇലകൾ തിളപ്പിച്ച് ആവി പിടിച്ചു എന്നും അപ്പോൾ ശോഭിനി മരിച്ചിട്ടില്ല എന്നും പറഞ്ഞു.

9-ാം സാക്ഷി ദാമോദരന്റെ കാറിലാണ് ശോഭിനിയെ ആശു പത്രിയിൽ എത്തിച്ചത്. 10-ാം സാക്ഷി യോഹന്നാൻ അവിടെ ചായക്കട നടത്തുകയാണ്. സംഭവദിവസം 5 മണിക്ക് സുരേന്ദ്ര നാഥ് തന്റെ കടയിൽ ചായ കുടിക്കാൻ വന്നിരുന്നതായും 6.30ന് പ്രതി മകനെ അന്വേഷിച്ച് അവിടെ വന്നിരുന്നതായും പറഞ്ഞു.

10-ാം സാക്ഷി യോഹന്നാൻ ചായക്കട നടത്തുന്നു എന്നും സംഭവദിവസം 5 മണിയോടെ സുരേന്ദ്രൻ തന്റെ കടയിൽ വന്ന തായും പറഞ്ഞു.

12-ാം സാക്ഷി ശിവൻ മേരിയുടെ തയ്യൽക്കടയിൽ ജോലിക്കാരനാണ്. സംഭവദിവസം 4.45ന് സുരേന്ദ്രൻ തന്റെ കടയിൽ വന്നതായും പിന്നീട് രണ്ടുപേരും കൂടി 11-ാം സാക്ഷിയുടെ കടയിൽ പോയി ചായ കുടിച്ചതായും പറഞ്ഞു. 10-ാം സാക്ഷിയായി വിസ്തരിച്ച മൃത്യുഞ്ജയൻ ഒരു മുറുക്കാൻ കടക്കാരനായിരുന്നു. അയാളും സംഭവദിവസം 5 മണിക്ക് സുരേന്ദ്രനെ കണ്ടതായി പറഞ്ഞു.

13-ാം സാക്ഷി പാറുക്കുട്ടി അയൽവാസിയാണ്. കമലമ്മ തന്റെ വീട്ടിൽ വന്നിരുന്നു എന്നും അവരുടെ അമ്മ പ്രതിയുടെ ആവശ്യപ്രകാരം കമലമ്മയെ വിളിക്കാൻ അവിടെ വന്നതായും പറഞ്ഞു.

14-ാം സാക്ഷി സത്യദാസ് പറഞ്ഞത് സംഭവദിവസം പ്രതി തന്നോട് 100 രൂപ കടം ചോദിച്ചു എന്നും 50 താൻ കൊടുത്തു എന്നും പറഞ്ഞു. തനിക്ക് ഒരബദ്ധം പറ്റിയെന്നും കുറച്ചു ദിവസത്തേക്ക് എങ്ങോട്ടെങ്കിലും ഒന്ന് മാറി നിൽക്കാനാണ് രൂപ കടം ചോദിച്ചതെന്നും പ്രതി പറഞ്ഞതായി പറഞ്ഞു.

15-ാം സാക്ഷി ബാലകൃഷ്ണൻ എന്ന മുൻസിപ്പൽ കൗൺസിലർ മൃതദേഹം ഇൻക്വസ്റ്റിൽ സാക്ഷിയായിരുന്നു.

16-ാം സാക്ഷി ഡോക്ടർ വിജയകുമാർ ആണ് താലൂക്ക് ആശുപത്രിയിൽവെച്ച് ശോഭിനിയെ പരിശോധിച്ച് മരണവിവരം പൊലീസിനെ അറിയിച്ചത്. ശോഭിനിയുടെ കഴുത്തിലെ മുറിപ്പാട് അപ്പോൾ കണ്ടിരുന്നതായി പറഞ്ഞു.

ഡോക്ടർ സുജാതൻ എന്ന ഡെപ്യൂട്ടി പൊലീസ് സർജനാണ് ശോഭിനിയുടെ മൃതദേഹം പോസ്റ്റ്മോർട്ടം ചെയ്തത്. കഴുത്തിൽ വലതുഭാഗം 18.5 സെന്റി മീറ്റർ വീതിയുള്ള ഒരു മുറിവ്, ഇടതുചെവിയിൽ 1 സെന്റി മീറ്റർ വീതിയുള്ള തടിപ്പ്, ഇടതു കൈത്തണ്ടയിൽ 2 x1.5 സെ.മീ. അളവുള്ള തടിപ്പ്, വലതുവശം നെഞ്ചിൽ 5 സെ.മീ. വലിപ്പമുള്ള തടിപ്പും രേഖപ്പെടുത്തി.

കഴുത്തിലെ ശക്തിയായ സമ്മർദ്ദം മൂലമുള്ള ശ്വാസതടസ്സം കൊണ്ടാണ് ശോഭിനി മരിച്ചതെന്ന് ഡോക്ടർ അഭിപ്രായപ്പെട്ടു. രാസപരിശോധനയിൽ ശരീരത്തിൽ വിഷാംശം ഇല്ലായിരുന്നു. ശരീരത്തിൽ കാണപ്പെട്ട പരിക്കുകൾ കഴുത്തു ഞെരിക്കുമ്പോഴും

മറ്റ് നഖക്ഷതംകൊണ്ടും സംഭവിക്കാമെന്ന് പറഞ്ഞു. ആത്മ ഹത്യാ സാദ്ധ്യതയും ഒഴിവാക്കപ്പെട്ടു.

18-ാം സാക്ഷി വില്ലേജ് ഓഫീസർ സംഭവ സ്ഥലത്തിന്റെ പ്ലാൻ തയ്യാറാക്കി.

2 മുതൽ 5 വരെ സാക്ഷികളുടെ മൊഴി രേഖപ്പെടുത്തിയത് ചക്രപാണി എന്ന ജുഡീഷ്യൽ രണ്ടാം ക്ലാസ് മജിസ്ട്രേറ്റായി രുന്നു. സാക്ഷികളെല്ലാം സ്വതന്ത്രമായി പറഞ്ഞ മൊഴികളാണ് എന്നും അവർ സ്വമേധയാ വന്നു പറഞ്ഞതാണെന്നും കൂട്ടി ച്ചേർത്തു.

20-ാം സാക്ഷി സബ്ബ് ഇൻസ്പെക്ടറാണ് 1-ാം സാക്ഷിയുടെ മൊഴിയുടെ അടിസ്ഥാനത്തിൽ എഫ്.ഐ.ആർ. രജിസ്റ്റർ, ചെയ്തത്. 21-ാം സാക്ഷി സർക്കിൾ ഇൻസ്പെക്ടർ ഓഫ് പൊലീസ് കേസ് അന്വേഷണം നടത്തി കുറ്റപത്രം തയ്യാറാക്കി കോടതിയിൽ സമർപ്പിച്ചു.

ആത്മഹത്യാവാദമാണ് പ്രതിഭാഗം ഉയർത്തിയ പ്രതിരോധം. പക്ഷേ ശോഭിനിയുടെ ദേഹത്തു കാണപ്പെട്ട നാല് മുറിവുകളും ആത്മഹത്യയുമായി ബന്ധപ്പെട്ടിട്ടുള്ളവയല്ല. കയറിൽ തൂങ്ങിയ ശേഷം മരിക്കുന്നതിന് മുമ്പ് ആരെങ്കിലും രക്ഷപ്പെടുത്തിയാൽ ഇത്തരം പരിക്കുകൾ ഉണ്ടാകാമെന്ന വാദവും സർക്കാർ എതിർത്തു. കയറിൽ തൂങ്ങിയ പാടുകൾ കഴുത്തിൽ ഉണ്ടായി രുന്നില്ല.

സാക്ഷികൾ പറയുന്ന കാര്യങ്ങളിൽ നിന്ന് സംഭവദിവസം 4 മണിക്ക് സുരേന്ദ്രൻ വീടുവിട്ട കാര്യവും പിന്നീട് ആറ്മണിക്ക് പ്രതി വീട്ടിലേക്ക് പോകുന്ന വസ്തുതയും തെളിയുന്നുണ്ട്. സ്വന്തം മകനും അതിന് പിന്താങ്ങുന്നു. അഞ്ചാം സാക്ഷി സംഭവസ്ഥലത്തു വന്നപ്പോൾ ഞരക്കങ്ങൾ കേട്ടതും 14-ാം സാക്ഷിയോട് രൂപ കടം ചോദിക്കാൻ പറഞ്ഞ കാരണവും കൂടി വായിച്ചാൽ സംശയത്തിന്റെ സൂചി പ്രതിക്കു നേരെയാണ് തിരിയുന്നതെന്നു കാണാം. 5-ാം സാക്ഷി ഭാർഗ്ഗവൻപിള്ളയെ അവിശ്വസിക്കേണ്ട കാരണമില്ല. പ്രതി 7 മണിക്ക് മാത്രമേ വീട്ടിൽ വന്നിട്ടുള്ളൂ എന്ന് പറയുന്നത് 3, 4 സാക്ഷികളായ ഭാര്യയും

ഭാര്യാമാതാവുമാണ്. അവരുടെ മൊഴി പ്രതിക്കനുകൂലമാണ്. അവർ മജിസ്ട്രേട്ടിന്റെ മുമ്പിൽ സാക്ഷി മൊഴി കൊടുത്തിട്ടുള്ളതും പൊലീസിനെ പേടിച്ചായിരുന്നു എന്നും പറയുന്നു. പക്ഷേ, 3,4 സാക്ഷികൾ കൂറ് മാറിയിരുന്നു. അവർ പ്രതിയെ സഹായിക്കാൻ ചില സത്യങ്ങൾ മറച്ച് പിടിക്കുന്നു എന്ന് വേണം കരുതാൻ.

ശോഭിനിയുടെ മരണം 4 മണിക്ക് മുമ്പേ സംഭവിച്ചു എന്ന് പ്രതിഭാഗം വാദിച്ചു. പോസ്റ്റ്മോർട്ടം ചെയ്തപ്പോൾ കാണപ്പെട്ട ഭാഗികമായി ദഹിച്ച ഭക്ഷണവും 18 മണിക്കൂർ മുമ്പ് മരിച്ചു എന്ന പോസ്റ്റ്മോർട്ടം റിപ്പോർട്ടിന്റെ പരാമർശവും പ്രതിഭാഗം വാദം തകർക്കുന്നു. ശോഭിനിയും ഭർത്താവുമായുള്ള വഴക്കിൽ ഭർത്താവ് ശോഭിനിയെ കൊന്നു. അല്ലെങ്കിൽ ശോഭിനി ആത്മഹത്യ ചെയ്തു എന്ന നിഗമനം നിലനിൽക്കാൻ സാഹചര്യത്തെളിവുകളില്ല.

1-ാം സാക്ഷിയായ ശോഭിനിയുടെ സഹോദരനും വിവരം അറിയിക്കുന്നത് പ്രതിയുടെ നിർദ്ദേശപ്രകാരം 9-ാം സാക്ഷി ദാമോദരനാണ്. തത്സമയം പ്രതി കാറിൽ ഇരിപ്പുണ്ടായിരുന്നു. ഒന്നാം സാക്ഷിയെ അഭിമുഖീകരിക്കാൻ പ്രതിക്കുണ്ടായ പ്രയാസമാണ് ഇത് കാണിക്കുന്നത്. അത് കുറ്റബോധംകൊണ്ട് ഉണ്ടാകുന്നതുമാണ്.

ശക്തമായ സാഹചര്യത്തെളിവുകളുടെ കണ്ണികൾ കൂട്ടിയോജിപ്പിക്കപ്പെട്ടിരിക്കുന്നു. ശോഭിനിയുടെ മരണസമയത്ത് പ്രതിയുടെ സാന്നിദ്ധ്യം അസന്ദിഗ്ധമായി തെളിയിക്കപ്പെട്ടിരിക്കുന്നു. സാക്ഷികൾ നുണപറയാം. എന്നാൽ സാഹചര്യങ്ങൾ നുണപറയില്ല എന്നത് സ്മരണീയവുമാണ്. പ്രതി കൊലപാതകക്കുറ്റം ചെയ്തിരിക്കുന്നു. ശിക്ഷയെപ്പറ്റി പ്രതിക്ക് ഒന്നും പറയാനില്ലായിരുന്നു.

പ്രതിയെ ജീവപര്യന്തം കഠിന തടവിന് ശിക്ഷ പ്രഖ്യാപിച്ചു.

വിധിന്യായം ഒന്ന്

കോഴിക്കോട് സെഷൻസ് കോടതിയിൽ

ഹാജർ : ശ്രീ. എം.എം. പരീത് പിള്ള എം.എ.ബി.എൽ. സെഷൻസ് ജഡ്ജി 1975 മാർച്ച് 3

സെഷൻസ് കേസ് നമ്പ്ര് 5/1975

പ്രതി – വെള്ളമ്പാടത്തു വാസുദേവൻ

കുറ്റം കൊലപാതകം – ഇന്ത്യൻ ശിക്ഷാനിയമം 302–ാം വകുപ്പ്

പ്രതിയുടെ വാദം – കുറ്റം ചെയ്തിട്ടില്ല.

ജഡ്ജിയുടെ തീർപ്പ് – കുറ്റക്കാരനല്ല.

ഉത്തരവ് – പ്രതിയെ കോഴിക്കോട് മാനസികാരോഗ്യാശുപത്രിയിൽ സുരക്ഷിതമായി പാർപ്പിക്കണം.

ക്രൈം നമ്പ്ര് – 192/1974, മീൻചന്ത പൊലീസ് സ്റ്റേഷൻ

വാദിഭാഗം – ശ്രീ. കെ.ആലിക്കോയ, പബ്ലിക് പ്രൊസിക്യൂട്ടർ കോഴിക്കോട്.

പ്രതിക്കുവേണ്ടി – ശ്രീ. പി. മോഹൻദാസ്, അഡ്വക്കേറ്റ് കോഴിക്കോട് (സ്റ്റേറ്റ് ബ്രീഫ്)

ഈ കേസ് പി. ഇ. 1/1995 പ്രകാരം ശ്രീ. കെ. എസ്. താരാനാഥൻ, ബി.എസ്.സി., ബി.എൽ, ജുഡീഷ്യൽ സെക്കന്റ് ക്ലാസ് മജിസ്ട്രേറ്റ് II, കോഴിക്കോട്, ടി കോടതിയിൽനിന്നും കമ്മിറ്റ് ചെയ്തു.

വാസുദേവൻ സ്വന്തം പിതാവിനെ 24–11– 1974 ഉച്ചയ്ക്ക് 1.30 മണിക്ക് കൊലപ്പെടുത്തി എന്നാണ് കുറ്റപത്രം.

പൊലീസ് കേസ് ഇങ്ങനെ – 24–11–1974 ഉച്ചയ്ക്ക് ഏകദേശം ഒരു മണിക്ക് പ്രതി വാസുദേവൻ അവരുടെ വീട്ടിൽവെച്ച് അച്ഛൻ

നായാടിയുമായി വഴക്കുണ്ടാക്കുകയും മർദ്ദിക്കുകയും ചെയ്തു. ഒച്ചകേട്ട് തൊട്ടടുത്തു താമസിക്കുന്ന കുഞ്ഞാറു എന്നയാൾ പ്രതിയെ വിലക്കി. അപ്പോൾ അയാൾക്കും കിട്ടി മർദ്ദനം. തുടർന്ന് നായാടി വീട്ടിലെ വരാന്തയിൽ വീണു മരിച്ചു. കുഞ്ഞാറു പൊലീസിൽ പരാതിപ്പെട്ടു. പൊലീസ് കേസ് എടുത്തു. ക്രൈം ബ്രാഞ്ച് ഇൻസ്പെക്ടർ അന്വേഷണം ആരംഭിച്ചു. സർക്കാർ ആശുപത്രിയിൽവെച്ച് ഇൻക്വസ്റ്റ് (മൃതപരിശോധന) നടത്തി. പരേതന്റെ മുണ്ടും ഷർട്ടും തൊണ്ടിയായി എടുത്തു. മൃതദേഹം പോസ്റ്റ്മോർട്ട (കീറി പരിശോധന)ത്തിനായി അയച്ചു. പിന്നീട് സംഭവസ്ഥലത്തുപോയി മഹസ്സർ തയ്യാറാക്കി. സാക്ഷികളെ ചോദ്യം ചെയ്തു. 26-11-74ൽ പ്രതിയെ അറസ്റ്റ് ചെയ്തു. പ്രതി മനോരോഗിയാണ് എന്നു മനസ്സിലാക്കി മെഡിക്കൽ പരിശോധനയ്ക്ക് കൊണ്ടുപോയി. വില്ലേജ് അസിസ്റ്റന്റ് സംഭവ സ്ഥലത്തിന്റെ പ്ലാൻ തയ്യാറാക്കി. 31-12-1974 ൽ കുറ്റപത്രം സമർപ്പിച്ചു.

പ്രതിക്ക് സ്വന്തമായി വക്കീലിനെ നിയമിക്കാൻ കഴിവില്ലാത്തതിനാൽ സർക്കാർതന്നെ ശ്രീ. മോഹൻദാസിനെ വക്കീലായി വെച്ചു പ്രാഥമിക വാദത്തിനുശേഷം കുറ്റപത്രം തയ്യാറാക്കി. പ്രതി കുറ്റം നിഷേധിച്ചു.

ഈ കേസിൽ സർക്കാർ 8 സാക്ഷികളെ വിസ്തരിച്ചു. P1 മുതൽ P6 വരെ രേഖകൾ അക്കമിട്ടു. MO 1,2 എന്നിവ തൊണ്ടി മുതലുകളാണ്. പ്രതിഭാഗത്തേക്ക് D1, D2 എന്നീ രേഖകൾ ഹാജരാക്കി.

വാദിഭാഗം തെളിവിനുശേഷം പ്രതിയെ ചോദ്യം ചെയ്തു. പ്രതിയുടെ കേസ് ഇങ്ങനെ - അച്ഛന്റെ മരണം സമ്മതിക്കുന്നു. എന്നാൽ താൻ P3 സർട്ടിഫിക്കറ്റ് പ്രകാരം ഡോക്ടറുടെ ചികിത്സയിലാണ്. ഒന്നാം സാക്ഷി കുഞ്ഞാറു അച്ഛന്റെ സഹോദരനാണ്. താനുമായി ശത്രുതയിലുമാണ്. കാരണം വീട് കുഞ്ഞാറുവിന് കൊടുക്കാൻ അച്ഛൻ ആലോചിച്ചു. അതിനെ താൻ എതിർത്തു. സംഭവം എങ്ങനെ ഉണ്ടായി എന്നറിയില്ല. അച്ഛൻ ബോധരഹിതമായി വീഴുന്നതു കണ്ടു. എന്നാൽ താൻ അച്ഛനെ ഒന്നും ചെയ്തിട്ടില്ല.

വാദത്തിനുശേഷം പ്രതിയെ വീണ്ടും ചോദ്യം ചെയ്തപ്പോൾ പ്രതി സാക്ഷികളെ വിസ്തരിക്കുന്നില്ല എന്നും പറഞ്ഞു.

ഇനി തീരുമാനിക്കേണ്ട കാര്യം കുറ്റവാളിയാണോ എന്ന താണ്.

നായാടി മരിച്ചു എന്ന കാര്യം സ്ഥാപിക്കാൻ പോസ്റ്റ്മോർട്ടം സർട്ടിഫിക്കറ്റും ഇൻക്വസ്റ്റ് റിപ്പോർട്ടും 1, 2, 5, 8 മൊഴികളുമുണ്ട്. കൂടാതെ മരണകാരണം പ്രതിയും സമ്മതിക്കുന്നു

അടുത്ത ചോദ്യം മരണം എങ്ങനെ സംഭവിച്ചു എന്നാണ് P4 പോസ്റ്റ്മോർട്ടം സർട്ടിഫിക്കറ്റിൽ നായാടിക്കേറ്റ പരിക്കു കളെപ്പറ്റി പറയുന്നു. 2 X1 സെ.മീ. വലിപ്പമുള്ള മുറിവുകൾ 2 എണ്ണം തലയ്ക്കും വയറിനും മുറിപ്പാടുകൾ കൂടാതെ തല ച്ചോറിൽ രക്തസ്രാവവുമുണ്ട്. മരണം സംഭവിക്കുന്നതിനു മുൻപുള്ളവയാണ് പരിക്കുകൾ എല്ലാം. പോസ്റ്റ്മോർട്ടം സർട്ടി ഫിക്കറ്റിൽ കാണുന്ന പരിക്കുകൾ മരണകാരണമാണെന്നും അതുമൂലമാണ് മരണം സംഭവിച്ചതെന്നും ഡോക്ടർ പറയുന്നു. തലയടിച്ചുവീണാൽ ഇത്തരം പരിക്കുകൾ ഉണ്ടാകുമെന്നും ഡോക്ടർ പറയുന്നുണ്ട്.

അടുത്ത ചോദ്യം നായാടിയുടെ മരണത്തിനുത്തരവാദി പ്രതിയാണോ എന്നതാണ്. നായാടിയും പ്രതിയും അന്യോന്യം മർദ്ദിക്കുന്നതു കണ്ടതായി ഒന്നാംസാക്ഷി കുഞ്ഞാറുവും രണ്ടാം സാക്ഷി ഗോപിയും പറയുന്നുണ്ട്. പ്രതിയുടെ ഇടികൊണ്ട് നായാടി നിലത്തുവീണതായും ഒന്നാം സാക്ഷി പറയുന്നു.

എതിർവിസ്താരത്തിൽ പ്രതി സംഭവത്തിനു രണ്ടുമാസം മുമ്പ് കുതിരവട്ടം മാനസികാരോഗ്യാശുപത്രിയിൽ മൂന്ന് ആഴ്ച യോളം ചികിത്സയിൽ കിടന്നതായി പറയുന്നുണ്ട്. ഒരുകൊല്ലം മുമ്പ് പ്രതി മാനസികാസ്വാസ്ഥ്യം പ്രകടിപ്പിച്ചതായും ഒന്നാം സാക്ഷി പറയുന്നു. പ്രതി നിസ്സാരകാര്യങ്ങൾക്ക് വഴക്കടിക്കാറു ണ്ട്. അപ്പോൾ പ്രതി ആരോടാണ് സംസാരിക്കുന്നത് എന്താണ് ചെയ്യുന്നത് എന്ന ബോധമില്ലാതെ പെരുമാറുന്നു എന്ന് ഒന്നാം സാക്ഷി പറയുന്നു. ഭക്ഷണം കൊടുത്തില്ലെങ്കിൽ പ്രതി അക്ര മാസക്തനാവും അല്ലെങ്കിൽ മൗനിയാകും.

രണ്ടാം സാക്ഷി ഗോപിയും സംഭവം കണ്ടതായി പറയുന്നു. രണ്ടാം സാക്ഷി പ്രതിയുടെ ഇളയ സഹോദരനാണ്. അമ്മയോട് ഭക്ഷണം ചോദിച്ചു എന്നും ഭക്ഷണം തയ്യാറായിട്ടില്ല എന്നും

അമ്മ പറഞ്ഞപ്പോൾ ക്രുദ്ധനായതായും കറികൾ തയ്യാറാകുമ്പോൾ ഒരുമിച്ചു ഭക്ഷണം കഴിക്കാം എന്ന് പറഞ്ഞ അച്ഛനെ അക്രമിച്ചതായും ഈ സാക്ഷി പറയുന്നു. ഭക്ഷണം കിട്ടാതെ വരുമ്പോൾ പ്രതിയുടെ മാനസികനില തെറ്റാറുണ്ടെന്നും ആ സമയം ആരും പ്രതിയുടെ സമീപം പോകാറില്ലെന്നും സംഭവ ദിവസവും അതുപോലെ പ്രതിയുടെ മാനസിക നില തെറ്റിയെന്നും രണ്ടാം സാക്ഷി പറയുന്നുണ്ട്.

1, 2 സാക്ഷികളുടെ മൊഴികൾ വിശ്വസനീയമാണ്. അതനുസരിച്ച് പ്രതി ആക്രമിച്ചതിലും പിടിച്ചു തള്ളിയതിലും വച്ചുള്ള പരിക്കുകൾ മൂലമാണ് നായാടി മരിച്ചത്. സംഭവസമയം പ്രതിക്ക് മാനസിക വിഭ്രാന്തിയുണ്ടായിരുന്നതായി പ്രതിയുടെ അഭിഭാഷകൻ വാദിക്കുന്നുണ്ട്. 1, 2 സാക്ഷികളും ഈ വസ്തുത സമ്മതിക്കുന്നുണ്ട്.

4-ാം സാക്ഷിയായ കോഴിക്കോട് മാനസികാശുപത്രി സൂപ്രണ്ട് മെഡിക്കൽ കോളേജിലെ മനോരോഗ ചികിത്സാവിഭാഗത്തിലെ അസിസ്റ്റന്റ് പ്രൊഫസർ കൂടിയാണ്. അദ്ദേഹത്തിന്റെ നിഗമനത്തിൽ പ്രതി മനോരോഗിയും P3 എന്ന സർട്ടിഫിക്കറ്റ് പ്രകാരം 'മാനിയ' എന്ന രോഗത്തിന് അടിമയുമാണ്. ഈ സാക്ഷി പ്രതിയെ മനോരോഗത്തിന് ചികിത്സിച്ചിട്ടുമുണ്ട്. D1 പ്രതിയുടെ വിടുതൽ സർട്ടിഫിക്കറ്റും D2 ഒ.പി. ടിക്കറ്റുമാണ്. അതനുസരിച്ച് പ്രതിക്ക് എപ്പോൾ വേണമെങ്കിലും ഈ രോഗം മൂർച്ഛിക്കാമെന്നും അപ്പോൾ പ്രതിക്ക് അയാൾ ചെയ്യുന്നതെന്താണ് എന്നറിയാൻ സാധിക്കില്ലെന്നും ഡോക്ടർ പറയുന്നു. പ്രതിക്ക് സുബോധമുള്ള ഇടവേളയിലാണ് സംഭവം നടന്നതെന്നതിന് പ്രത്യേക തെളിവുകൾ ഒന്നുമില്ല. അതിനാൽ സംശയത്തിന്റെ ആനുകൂല്യവും പ്രതിക്ക് കിട്ടണം. ആയതിനാൽ പ്രതിയുടെ പ്രവൃത്തി ഇന്ത്യൻ ശിക്ഷാനിയമം 84-ാം വകുപ്പനുസരിച്ച് കുറ്റകരമല്ല.

ഇത്തരുണത്തിൽ 1971 ലെ കേരള ലോ ജേണൽ പേജ് 142ൽ പ്രസിദ്ധീകരിച്ചിട്ടുള്ള "കുട്ടൻ ഗോപാലൻ V സ്റ്റേറ്റ്"എന്ന കേസിൽ കോടതി എത്തിയിരിക്കുന്ന നിഗമനങ്ങൾ മനസ്സിലാക്കുന്നത് ഗുണകരമാണ്. അവ ഇപ്രകാരമാണ്.

സാധാരണയായി എല്ലാവരേയും സുബോധമുള്ളവരായാണ് പരിഗണിച്ചുപോരുന്നത്. അതായത് സർക്കാർഭാഗം അത് തെളിയിക്കേണ്ട ആവശ്യമില്ല. എന്നാൽ പ്രതി ഭാഗം 84-ാം വകുപ്പിന്റെ ആനുകൂല്യം അവകാശപ്പെടുകയാണെങ്കിൽ സംഭവസമയം സുബോധമില്ലായിരുന്നുവെന്ന് പ്രതി തെളിയിക്കേണ്ടതുണ്ട്. അതിന് സംശയലേശമന്യേയുള്ള തെളിവ് ആവശ്യമില്ല. അതിനുള്ള സാധ്യത ബോധ്യപ്പെടുത്തിയാൽ മതി. അങ്ങനെ പ്രതി തെളിയിച്ചാൽ വീണ്ടും തെളിവുഭാരം സർക്കാർ ഭാഗത്തേക്ക് നീങ്ങും. അതായത് സംഭവസ്ഥലത്ത് പ്രതിക്ക് സുബോധമുണ്ടായിരുന്നു എന്ന് സർക്കാർ തെളിയിക്കണം.

അവസാനമായി തീരുമാനിക്കേണ്ടത് പ്രതി കുറ്റക്കാരനല്ല എന്ന് കണ്ടാലും അയാളെ സ്വതന്ത്രനാക്കാമോ എന്നാണ്. അങ്ങനെയെങ്കിൽ അയാൾ സമൂഹത്തിന് ഒരു പ്രശ്നവും അപകടകാരിയും ആകും. ക്രിമിനൽ നടപടി നിയമം 335-ാം വകുപ്പ് പറയുന്നത് അങ്ങനെയുള്ള മാനസികാരോഗ്യാശുപത്രിയിൽ സംരക്ഷിക്കണമെന്നാണ്. അങ്ങനെ രോഗം പൂർണ്ണമായി ഭേദപ്പെടാതെ അയാളെ മോചിപ്പിക്കാനും പാടില്ല. അങ്ങനെയുള്ള അവസരത്തിൽ രോഗിയുടെ ബന്ധുക്കളുടേയോ സുഹൃത്തുക്കളുടേയോ അപേക്ഷപ്രകാരം മതിയായ ജാമ്യത്തിൽ വിട്ടുകൊടുക്കാവുന്നതുമാണ്. പ്രതിയുടെ പൂർണ്ണ സംരക്ഷണ ചുമതല എടുക്കാമെന്നും ആവശ്യപ്പെടുമ്പോൾ സർക്കാർ നിശ്ചയിക്കുന്ന ഉദ്യോഗസ്ഥൻ മുമ്പാകെ പരിശോധനയ്ക്ക് ഹാജരാക്കാമെന്നുള്ള വ്യവസ്ഥയിൽ. ഇതനുസരിച്ചുള്ള റിപ്പോർട്ടും വിധിന്യായത്തിന്റെ പകർപ്പും സംസ്ഥാന സർക്കാരിന് അയയ്ക്കാൻ ഉത്തരവാകുന്നു.

എം. ഔ. 1, എം. ഒ. 2 എന്നീ മുതലുകൾ വിലയില്ലാത്തതിനാൽ നശിപ്പിക്കണം (അപ്പീൽ സമയം കഴിഞ്ഞു)

ചുരുക്കെഴുത്തുകാരന് പറഞ്ഞുകൊടുത്തെഴുതിച്ച് ഞാൻ ശരിയാക്കി തുറന്ന കോടതിയിൽ ഇന്നേ ദിവസം വിധി പ്രസ്താവിച്ചത്.

1975 മാർച്ച് 3-ാം ന്
എം. എം. പരീത് പിള്ള (ഒപ്പ്)
സെഷൻസ് ജഡ്ജി

I. സർക്കാർ ഭാഗം വിസ്തരിച്ച സാക്ഷികൾ

1. ശ്രീ. വി. പി. കുഞ്ഞാറു.
2. ശ്രീ. വി. പി. ഗോപി
3. ശ്രീ. എം. കൃഷ്ണൻ
4. ഡോ. എൻ. വിജയൻ, സൂപ്രണ്ട്, മാനസികാരോഗ്യാശുപത്രി, കോഴിക്കോട്
5. ഡോ. സി. മുകുന്ദൻ, അസി. സർജൻ, സർക്കാർ ആശുപത്രി, കോഴിക്കോട്.
6. ശ്രീ. എം. പി. ബാലകൃഷ്ണൻ, വില്ലേജ് അസിസ്റ്റന്റ്, ബേപ്പൂർ
7. ശ്രീ. വിജയൻ, ഹെഡ് കോൺസ്റ്റബിൾ 1334, മീഞ്ചന്ത പൊലീസ് സ്റ്റേഷൻ
8. ശ്രീ കെ. ശ്രീധരൻ, ഡിറ്റക്ടീവ് ഇൻസ്പെക്ടർ, ക്രൈം ബ്രാഞ്ച് -1, സി. ഐ. ഡി. കോഴിക്കോട്

പ്രതിഭാഗം സാക്ഷികൾ

ഇല്ല

II. സർക്കാർ ഹാജരാക്കിയ പ്രമാണങ്ങൾ

പി. 1 - 24-1-1974 ഒന്നാം സാക്ഷി നൽകിയ പ്രഥമ വിവര റിപ്പോർട്ട്

പി. 2 - 25-11-1974 കൃത്യസ്ഥല മഹസ്സർ

പി. 3 - 28-12-1974 പ്രതിയുടെ മെഡിക്കൽ സർട്ടിഫിക്കറ്റ്

പി. 4 - 25-11-1974 പോസ്റ്റ്മോർട്ടം റിപ്പോർട്ട്

പി. 5 - 01-12-1974 കൃത്യസ്ഥലത്തിന്റെ കരടുചിത്രം

പി. 6 - 25-11-1974 ഇൻക്വസ്റ്റ് (മൃത്യു വിചാരണ റിപ്പോർട്ട്)

പ്രതിഭാഗം പ്രമാണങ്ങൾ

ഡി. 1 - 2-12-1974 പ്രതിയുടെ ഡിസ്ചാർജ്ജ് സർട്ടിഫിക്കറ്റ്

ഡി. 2 - 13-09-1974 പ്രതിയുടെ ഒ. പി. ടിക്കറ്റ്

തെളിവിൽ അടയാളപ്പെടുത്തിയ ഭൗതിക പദാർത്ഥങ്ങൾ

1. മുണ്ട് 2. ഷർട്ട്

പ്രതിയെ കോഴിക്കോട് മാനസികാരോഗ്യാശുപത്രിയിൽ സുരക്ഷിതമായി സൂക്ഷിക്കാൻ ഉത്തരവായിരിക്കുന്നു.

എം.എം. പരീതുപിള്ള
(ഒപ്പ്)
സെഷൻസ് ജഡ്ജി

സത്യമായ പകർപ്പ് - ശിരസ്തദാർ

വിധിന്യായം രണ്ട്

കരുണാകരൻ, രാജു എന്ന രാജൻ എന്നിവരുടെ പേരിൽ ആരോപിച്ചിരിക്കുന്ന കുറ്റങ്ങൾ 302, 201, 34 എന്നീ ഇന്ത്യൻ ശിക്ഷാനിയമത്തിലെ വകുപ്പുകൾ പ്രകാരമാണ്.

1974 ആഗസ്റ്റ് 3-ാം തിയതി കിടാവൂർ വില്ലേജിലെ പൂവൻമല എന്ന സ്ഥലത്തുവച്ചാണ് കൊലപാതകം നടന്നത്. 1-ാം പ്രതി കരുണാകരൻ ഉറങ്ങി കിടന്ന തന്റെ പിതാവിനെ വെട്ടുകത്തി കൊണ്ട് കഴുത്തിന് വെട്ടികൊന്നു. ശേഷം രണ്ട് പ്രതികളുംകൂടി ശവം വലിച്ചിഴച്ച് അതേ പുരയിടത്തിൽ കുഴിച്ചുമൂടി തെളിവ് നശിപ്പിച്ചു.

പ്രതികളുടെ അച്ഛന്റെ തിരോധാനത്തെ തുടർന്ന് ഒന്നാം സാക്ഷി മൊയ്തീൻകുട്ടി, നാലാംസാക്ഷി മുഹമ്മദ് എന്നിവർ വേലായുധൻ, ചാത്തുകുട്ടി എന്നിവരോടൊപ്പം പ്രതികളുടെ വീട്ടിൽ മരിച്ച ഉണ്ണിയെ അന്വേഷിച്ചു ചെന്നതാണ്. ഒന്നാം സാക്ഷിയുടെ ചോദ്യം ചെയ്യലിൽ ഒന്നാം പ്രതി അവരോട് കുറ്റം സമ്മതിക്കുകയാണ് ചെയ്തത്. ശവം ഒളിപ്പിച്ച സ്ഥലവും കാണിച്ചുകൊടുത്തു. 1974 ഡിസംബർ 4ന് ഒന്നാം സാക്ഷി താമര ശ്ശേരി പൊലീസ് സ്റ്റേഷനിൽ ചെന്ന് മൊഴി കൊടുത്തു. അതിന്റെ അടിസ്ഥാനത്തിൽ കേസ് രജിസ്റ്റർ ചെയ്ത് അന്വേഷണം ആരം ഭിച്ചു. എക്സിക്യൂട്ടീവ് മജിസ്ട്രേട്ടിന്റെ നേതൃത്വത്തിൽ ശവ ശരീരം പുറത്തെടുത്ത് പോസ്റ്റ്മോർട്ടം നടത്തി. ശരീരത്തിൽ നിന്നും കുഴിയിൽനിന്നും തുണിക്കഷണം, പായയുടെ കഷണം, അടിവസ്ത്രത്തിന്റെ ഭാഗങ്ങൾ എന്നിവയും കണ്ടെടുത്തു. ഇവ രാസപരിശോധനയ്ക്ക് അയയ്ക്കപ്പെട്ടു. ശവശരീരത്തിൽ നിന്നും തള്ളവിരലും തള്ളവിരലിന്റെ അടയാളവും വിരലടയാളം അട ങ്ങുന്ന ഒരു പ്രമാണവും സഹിതം പരിശോധിക്കാൻ അയച്ചു.

1,2 പ്രതികളെ പരിശോധിച്ച് അവരുടെ വയസ്സ് തെളിയിക്കുന്ന രേഖകളും ഹാജരാക്കപ്പെട്ടു.

ഈ കേസിൽ സർക്കാർ ഭാഗത്തേക്ക് 1 മുതൽ 16 വരെ സാക്ഷികളെ വിസ്തരിച്ചു. 1 മുതൽ 20 വരെ രേഖകൾ അക്കമിട്ടു. 7 തൊണ്ടിമുതലുകളും ഹാജരാക്കപ്പെട്ടു. പ്രതിഭാഗത്തേക്ക് തെളിവ് ഉണ്ടായിരുന്നില്ല. പ്രതികൾ തങ്ങൾക്കെതിരെ ഉയർന്ന ആരോപണങ്ങൾ നിഷേധിച്ചു. അച്ഛൻ അനുവദിക്കാത്തതുമൂലം ഒന്നാം പ്രതി സ്കൂളിൽ പോയിരുന്നില്ല. ഒന്നാം സാക്ഷിയോട് തങ്ങളാണ് അച്ഛനെ കൊന്ന് കുഴിച്ചു മൂടിയത് എന്ന് പറഞ്ഞിട്ടില്ല. തങ്ങൾ നിരപരാധികളാണ് എന്നാണ് പ്രതിഭാഗം കേസ്.

ഇനി വാദിഭാഗം കേസ് തെളിയിച്ചിട്ടുണ്ടോ എന്നാണ് നോക്കേണ്ടത്.

ഉണ്ണിയുടെ തിരോധാനത്തെക്കുറിച്ചന്വേഷിക്കാൻ താൻ വേലായുധൻ, ചാത്തുക്കുട്ടി, 4-ാം സാക്ഷി എന്നിവരൊന്നിച്ച് പ്രതികളുടെ വീട്ടിൽ പോയിരുന്നു എന്ന് ഒന്നാം സാക്ഷി പറയുന്നു. ആദ്യം തനിക്കൊന്നും അറിയില്ല എന്നാണ് ഒന്നാം പ്രതി പറഞ്ഞത്. വീണ്ടും ചോദിച്ചപ്പോഴാണ് താനാണ് ഒരു കൊടുവാൾകൊണ്ട് ഉണ്ണിയെ കൊന്നതെന്നും ഒരു സ്ഥലം ചൂണ്ടിക്കാട്ടി അവിടെയാണ് മൃതദേഹം കുഴിച്ചിട്ടതെന്നും പറഞ്ഞത്. ഒരു കോൽകൊണ്ട് ഒന്നാം പ്രതി ചൂണ്ടിക്കാണിച്ച ഭാഗം കുത്തി നോക്കിയപ്പോൾ അവിടെ മണ്ണ് ഇളകിയതായി കാണപ്പെട്ടു. രണ്ടാം പ്രതിയും കുട്ടികളും കുളിക്കാൻ പോയപ്പോഴാണ് ഈ കൃത്യം നിർവ്വഹിച്ചതെന്നും പിതാവ് തന്നെ പഠിക്കാൻ അനുവദിക്കാത്തതിലുള്ള വൈരാഗ്യമാണ് കൊലപാതകത്തിന് കാരണമെന്നും ഒന്നാം പ്രതി പറഞ്ഞു. ക്രൈം ബ്രാഞ്ച് പൊലീസുകാർ വന്ന് മൃതദേഹം പുറത്തെടുത്തപ്പോഴും താൻ ഉണ്ടായിരുന്നു എന്നും ശരീരത്തിൽ നിന്നും ലഭിച്ച കീറത്തുണി കണ്ട് മൃതശരീരം തിരിച്ചറിഞ്ഞും എന്നും പറഞ്ഞു.

ഒന്നാം പ്രതി കാണിച്ച മറ്റൊരു സ്ഥലത്തുനിന്നും ഒരു ചാക്കും കണ്ടെടുത്തു. മൃതശരീരത്തിന്റെ തലയുടെ പുറകുവശം പരന്നിരുന്നതും തിരിച്ചറിയാൻ സഹായകമായി.

പ്രതികളുടെ ഇളയ സഹോദരി രണ്ടാം സാക്ഷി കുളിക്കുവാൻ പോകുമ്പോൾ അച്ഛൻ പരിക്കുകളോടെ മരിച്ചുകിടക്കുന്നതാണ് കണ്ടത്. പ്രതികൾ പായിൽ പൊതിഞ്ഞ മൃതദേഹം മറവു

ചെയ്തു. ഒന്നാം പ്രതി വീട് ചാണകം തളിച്ച് ശുദ്ധമാക്കി. വിവരം ആരോടെങ്കിലും പറഞ്ഞാൽ തന്നെ കൊല്ലുമെന്ന് ഭീഷണിപ്പെടുത്തി.

ഉണ്ണിയുടെ ഭാര്യയായ മൂന്നാം സാക്ഷി കാണാതായ തന്റെ ഭർത്താവ് എപ്പോഴെങ്കിലും തിരിച്ചുവരുമെന്നുള്ള പ്രതീക്ഷയിലായിരുന്നു. പിന്നീട് തന്റെ ഭർത്താവ് മരണപ്പെട്ടതായി മനസ്സിലാക്കി മണ്ണുമാന്തി മൃതദേഹം പുറത്തെടുത്തു എന്നും M.O.5 കീറത്തുണി ഭർത്താവിന്റേതാണെന്നും അവർ തിരിച്ചറിഞ്ഞു. ഭർത്താവിന് ഒന്നാം പ്രതി സ്കൂളിൽ പോകുന്നത് ഇഷ്ടമില്ലായിരുന്നു. പക്ഷേ, അവനെ ഉണ്ണി ഉപദ്രവിക്കുന്നത് കണ്ടിട്ടില്ല. മൂന്നാംസാക്ഷി കൂറുമാറിയതായി പ്രഖ്യാപിച്ചു. എതിർവിസ്താരത്തിൽ ഉണ്ണി ഒന്നാംപ്രതിയെ ഉപദ്രവിക്കാറുണ്ടെന്നും അതിനാൽ അവൻ അമ്മാവന്റെ വീട്ടിൽപോയി താമസിക്കാറുണ്ടെന്നും പൊലീസിൽ പറഞ്ഞതായി സമ്മതിച്ചു. പക്ഷേ ഉണ്ണിയെ പ്രതികളാണ് കൊന്നുകുഴിച്ചുമൂടിയത്. താൻ P6, P7 എന്നീ വകുപ്പുകളിൽ പറയുന്നതുപോലെ പൊലീസിൽ പറഞ്ഞിട്ടില്ല എന്നും പറഞ്ഞു. മൂന്നാം സാക്ഷിയുടെ അഭിപ്രായത്തിൽ ഉണ്ണിയും ഒന്നാംപ്രതിയും തമ്മിൽ അഭിപ്രായവ്യത്യാസം ഉണ്ടായിരുന്നില്ല.

നാലാംസാക്ഷി ഒന്നാംസാക്ഷിയുടെ കൂടെ പ്രതികളുടെ വീട്ടിൽ പോയിരുന്നതായും ഉണ്ണി കൊല ചെയ്യപ്പെട്ട വിവരം അറിഞ്ഞതായും പറഞ്ഞു. പക്ഷേ, ഒന്നാം സാക്ഷിയുടെ കുറ്റസമ്മതമൊഴിയിൽ വ്യത്യാസമുണ്ട്. ഈ സാക്ഷിയെ കൂറുമാറിയതായി പ്രഖ്യാപിച്ചു.

അഞ്ചാം സാക്ഷി ഉണ്ണിയുടെ ഭാര്യാപിതാവാണ്. ഒന്നാം പ്രതിയെ സ്കൂളിൽ അയയ്ക്കുന്നതിൽ ഉണ്ണിക്കുള്ള എതിർപ്പും അയാൾ ഒന്നാംപ്രതിയെ അടിക്കാറുണ്ടെന്നുള്ള കാര്യവും ഈ സാക്ഷി പറഞ്ഞു. ആയതിനാൽ ഈ പ്രതിയെ തന്റെ വീട്ടിൽ താമസിപ്പിച്ചാണ് സ്കൂളിൽ അയയ്ക്കുന്നത്.

ആറാംസാക്ഷി മരിച്ച ഉണ്ണിയുടെ ബന്ധുവാണ്.

ഏഴാംസാക്ഷി താമരശ്ശേരി ഹൈസ്കൂൾ അസിസ്റ്റന്റ്. ഒന്നാം പ്രതിയുടെ അദ്ധ്യാപകനുമാണ്. ഒന്നാംപ്രതി തുടർച്ചയായി ക്ലാസ്സിൽ ഹാജരാകാറില്ല എന്നും തുടർന്ന് ഒന്നാംപ്രതി തന്റെ

അച്ഛന്റെ എതിർപ്പുമൂലമാണ് അതിനു കാരണമെന്നും പറഞ്ഞതായി പറയുന്നു. ഒന്നാംപ്രതി സ്വഭാവശുദ്ധിയുള്ള കുട്ടി ആയിരുന്നു എന്നും സ്കൂൾ പാർലമെന്റ് അംഗമായിരുന്നു എന്നും ഈ സാക്ഷി പറയുന്നു.

എട്ടാംസാക്ഷി വില്ലേജ് ഓഫീസർ ഒന്നുമുതൽ അഞ്ചുവരെ തൊണ്ടിസാധനങ്ങൾ കണ്ടെടുക്കുമ്പോൾ സന്നിഹിതനായിരുന്നു. ആ പറമ്പ് ഉണ്ണിയുടേതാണ് എന്നും പറയുന്നു.

P8 പ്രകാരം ഉണ്ണിയുടെ ജനനതിയ്യതി 1-5-1932 ആണ് എന്ന് തെളിയിക്കാൻ 9-ാം സാക്ഷിയെ വിസ്തരിച്ചു. സംഭവസ്ഥലത്തിന്റെ P-9 പ്ലാൻ തയ്യാറാക്കിയത് 10-ാം സാക്ഷി ആയിരുന്നു.

മണ്ണുമാന്തി പുറത്തെടുത്ത ഉണ്ണിയുടെ മൃതശരീരം പോസ്റ്റുമോർട്ടം ചെയ്തത് 11-ാം സാക്ഷിയായ കോഴിക്കോട് മെഡിക്കൽ കോളേജിലെ എം.ആർ. ചന്ദ്രൻ ആയിരുന്നു. 6-12-1974 രാവിലെ 10.45 മണിക്ക് മൃതശരീരം പുറത്തെടുത്തപ്പോൾ അടിവസ്ത്രത്തിന്റെ കഷണങ്ങളും മുണ്ട്, ഷർട്ട് എന്നിവയുടെ ഭാഗങ്ങളും കാണപ്പെട്ടു. ഒന്നര അടി താഴ്ചയിൽ പായിൽ പൊതിഞ്ഞായിരുന്നു ശരീരം കാണപ്പെട്ടത്. ഇടതുകൈയും വിരലുകളും കേടുകൂടാതെയും മുടി അല്പം മാറിയും കോശങ്ങൾ തീർത്തും അപ്രത്യക്ഷമായും ഇരുന്നു.

തലയോട്ടിയുടെ പുറകുഭാഗം പരന്നിരിക്കുന്നതായാണ് കണ്ടത്. നട്ടെല്ലിൽ 2, 3 കശേരുക്കളിൽ അഞ്ചു മുറിവുകൾ കാണപ്പെട്ടു. ഇതിനുചുറ്റും രക്തം കട്ടപിടിച്ചിരുന്നു. രാസപരിശോധനയിൽ ഇവ രക്തമാണെന്ന് ബോധ്യപ്പെട്ടിട്ടുണ്ട്. താടിയെല്ലിന്റെ ഇരുഭാഗത്തും മുറിവും കട്ടപിടിച്ച രക്തവും ഉണ്ടായിരുന്നു. ഇടതു തള്ളവിരൽ വേർപ്പെട്ട് കണ്ടു. അതും വിരലടയാളവും പ്രത്യേകം പൊതിഞ്ഞ് പൊലീസിനെ ഏല്പിച്ചു.

2, 3 കശേരുക്കൾക്കും താടിയെല്ലിനും ഏറ്റ പരിക്കുമൂലമാണ് മരണം സംഭവിച്ചതെന്ന് ഡോക്ടർ പറഞ്ഞു. പുറത്തെടുത്ത ശരീരം 40-45 വയസ്സ് പ്രായമുള്ള പുരുഷന്റേതാണ്. തലയ്ക്കു പുറകുവശം പരന്നതായ പ്രത്യേകതയും ശരീരത്തിനുണ്ട്. മരണം രണ്ട് മാസത്തിനുമുമ്പ് സംഭവിച്ചത്. (എം.ഒ. 2) വെട്ടുകത്തികൊണ്ടാകാം പന്ത്രണ്ടാം സാക്ഷി ഡോ. വി.പി. വിജയൻ 1, 2 പ്രതികളെ പരിശോധിച്ച് അവരുടെ പ്രായം കണക്കാക്കിയതനുസരിച്ച് യഥാക്രമം 15, 13 വയസ്സാണ്. പതിമൂന്നാം സാക്ഷി കോഴി

ക്കോട് എക്സിക്യൂട്ടീവ് മജിസ്ട്രേറ്റാണ്. മൃതശരീരം പുറത്തെടുത്ത് പരിശോധിച്ച് ഇൻക്വസ്റ്റ് തയ്യാറാക്കിയത്. മൃതശരീരത്തിൽ കാണപ്പെട്ട വസ്ത്രത്തിന്റെ സഹായത്താൽ 3-ാം സാക്ഷി (ഭാര്യ) ശരീരം ഉണ്ണിയുടേതാണ് എന്ന് തിരിച്ചറിഞ്ഞു.

പതിന്നാലാം സാക്ഷിയാണ് തള്ളവിരലും വിരലടയാളവും മുൻരേഖയിൽ കാണപ്പെട്ട വിരലടയാളവും പരിശോധനയ്ക്ക് അയച്ചത്.

പതിനഞ്ചാം സാക്ഷി എസ്.ഐ. ആണ് ഒന്നാം സാക്ഷിയുടെ മൊഴിയെടുത്തത്. പതിനാറാം സാക്ഷി കുറ്റപത്രം തയ്യാറാക്കി ഫയൽ ചെയ്തു.

ഈ കേസിൽ സംഭവത്തിന് ദൃക്സാക്ഷികളില്ല. ഒന്നാം പ്രതിയുടെ കുറ്റസമ്മതമൊഴിയെയാണ് വാദിഭാഗം തെളിവായി ആശ്രയിക്കുന്നത്. ഒന്നാം പ്രതി 1, 4 സാക്ഷികളോടാണ് കുറ്റം ഏറ്റു പറഞ്ഞത്. അത് സ്വമേധയാ പറഞ്ഞതാണോ അതോ മറ്റാരുടെയെങ്കിലും പ്രേരണയാൽ പറഞ്ഞതാണോ എന്നും അത് വാദിക്ക് അനുകൂലമായ തെളിവായി സ്വീകരിക്കാമോ എന്നുമാണ് ഇനി തീരുമാനിക്കേണ്ടത്.

ഒന്നാം സാക്ഷിയുടെ മൊഴിപ്രകാരം ഒന്നാം പ്രതി കുറ്റം സമ്മതിച്ചതിന് 10, 15 ദിവസങ്ങൾ മുമ്പോ താൻ വിവരം അറിഞ്ഞിരുന്നു എന്നും ഉണ്ണിയുടെ മകൾ ഓമന ഒന്നാം പ്രതിയാണ് കൊന്നതാണെന്ന കാര്യവും ചില സ്കൂൾ കുട്ടികളോട് പറഞ്ഞതായി കേട്ടു എന്നു പറയുന്നു. എന്നാൽ എന്തുകൊണ്ട് ആ കാര്യം പൊലീസിൽ പറഞ്ഞില്ല എന്ന ചോദ്യത്തിന് ഒന്നാം സാക്ഷിക്ക് ഉത്തരമില്ല. ഒന്നാം പ്രതി ഒന്നും നാലും സാക്ഷികളോട് കുറ്റം സമ്മതിച്ച കാര്യം വ്യത്യസ്തമായാണ് 1, 4 സാക്ഷികൾ പറയുന്നത്. കോടതിയിൽ ഒന്നാം സാക്ഷി പറയുന്നത് ഒന്നാം പ്രതി ഉറങ്ങികിടന്ന ഉണ്ണിയെ ഒന്നു വെട്ടി, തലപൊക്കിയപ്പോൾ വീണ്ടും വെട്ടി എന്നാണ്. എന്നാൽ പി-1 എന്ന പൊലീസ് മൊഴിയിൽ അത് രണ്ടോ മൂന്നോ പ്രാവശ്യം വെട്ടി എന്നായിരുന്നു.

1, 4 സാക്ഷികളുടെ മൊഴികളിൽ പ്രകടമായ വ്യത്യാസം കാണുന്നു. 4-ാം സാക്ഷി കൂറുമാറുകയും ചെയ്തു. അതിനാൽ 4-ാം സാക്ഷിയുടെ മൊഴി 1-ാം സാക്ഷിയുടെ മൊഴിയെ

ബലപ്പെടുത്തുന്നില്ല. 1, 4 സാക്ഷികളുടെ കൂടെ ഉണ്ടായിരുന്ന ചാത്തുകുട്ടി, വേലായുധൻ എന്നിവരെ വിസ്തരിച്ചിരുന്നുവെങ്കിൽ ഇക്കാര്യം കൂടുതൽ വ്യക്തമാകുമായിരുന്നു. എന്നാൽ അവരെ വിസ്തരിക്കാതിരുന്നതിനുള്ള കാരണവും സർക്കാർ ബോധിപ്പിച്ചിട്ടില്ല.

ഇത്തരുണത്തിൽ തിമ്മ. v മൈസൂർ സ്റ്റേറ്റ് എന്ന കേസിൽ (ഐ. ഐ. ആർ 1971 എസ്. സി. പേജ് 1871) സുപ്രീം കോടതി പുറപ്പെടുവിച്ച വിധിന്യായം ശ്രദ്ധേയമാണ്. കുറ്റസമ്മതമൊഴി വിലപ്പെട്ട തെളിവാണ്. പക്ഷേ, അത് സ്വീകാര്യമായി പ്രസ്താവിക്കുന്നതിനു മുമ്പ് കർശനമായി പരിശോധിക്കുകയും അതിന്റെ വിശ്വാസ്യത ഉറപ്പാക്കുകയും വേണം. ഇതിന്റെ വെളിച്ചത്തിൽ പരിശോധിക്കുമ്പോൾ 1, 4 സാക്ഷികളുടെ മൊഴികളിൽ വൈരുദ്ധ്യമുണ്ടെന്ന് കാണാം. കൂടെയുണ്ടായിരുന്നു എന്ന് പറയപ്പെടുന്ന മറ്റ് രണ്ട് പേരെ വിസ്തരിച്ചിട്ടുമില്ല. 1-ാം പ്രതി യഥാർത്ഥത്തിൽ എന്താണ് പറഞ്ഞത് എന്നും വ്യക്തമല്ല. പിതൃഹത്യ നടത്തി ശരീരവും ഒളിപ്പിച്ച് സ്വന്തം അമ്മയിൽ നിന്നുപോലും ഈ കാര്യം സമർത്ഥമായി ഒളിപ്പിച്ച 1-ാം പ്രതി കുറെ നാളുകൾക്കുശേഷം പെട്ടെന്ന് 1-ാം സാക്ഷിയോട് തുറന്നു പറയാനുണ്ടായ സാഹചര്യം എന്തായിരുന്നു എന്നും വ്യക്തമല്ല. 4-ാം സാക്ഷിയുടെ മൊഴിയും അതിലെ അസ്വാഭാവികതമൂലം സ്വീകരിക്കാൻ നിർവ്വാഹമില്ല.

ജോസഫ് v കേരള സ്റ്റേറ്റ് (1966 കെ. എൽ. ടി പേജ് 619) എന്ന കേസിലും ഹൈക്കോടതി പറഞ്ഞത് കുറ്റസമ്മതമൊഴി ഒരു ദുർബ്ബലമായ തെളിവാണ്. അതിൽ മാത്രം ഊന്നി ഒരാളെ ശിക്ഷിക്കുന്നത് അപകടമാണ് എന്നാണ്.

രണ്ടാം സാക്ഷിയുടെ മൊഴി സുപ്രധാനമായ ഒരു തെളിവാണ് എന്ന് സർക്കാർ അഭിഭാഷകൻ വാദിക്കുന്നുണ്ട്. അവൾ മരിച്ച ഉണ്ണിയുടെ മകളായ ഒരു ബാലസാക്ഷിയാണ്. താനും 2-ാം പ്രതിയും മറ്റും ഒരുമിച്ച് കുളികഴിഞ്ഞ് വരുമ്പോൾ അച്ഛൻ പരിക്കുപറ്റി കിടക്കുന്നത് കണ്ടു എന്നും പ്രതികൾ ധൃതിപിടിച്ച് അച്ഛനെ കൊണ്ടുപോയി മറവുചെയ്തു എന്ന് അവൾ പറയുന്നു. സ്വന്തം അമ്മയോടുപോലും പറയാതെ പൊലീസു വരുന്നതുവരെ ദീർഘകാലം ഈ രഹസ്യം ഈ കുട്ടിക്ക് മൂടിവെക്കാൻ

കഴിഞ്ഞു? രഹസ്യം പുറത്തായത് ഓമന എന്ന മറ്റൊരു മകളിലൂടെയാണ്. എന്നാൽ ഓമനയെ കോടതിയിൽ വിസ്തരിച്ചില്ല. മറ്റു തെളിവുകളിലൂടെ ഉറപ്പാക്കാത്ത ബാലസാക്ഷിയുടെ മാത്രം മൊഴി സൂക്ഷിച്ചേ ഉപയോഗിക്കാവൂ എന്നും ഹൈക്കോടതി കൃഷ്ണവാസു v കേരള സ്റ്റേറ്റിൽ (1960 കെ. എൽ. ടി. പേജ് 30) നിർദ്ദേശിക്കുന്നുണ്ട്.

ഇനി തീരുമാനിക്കേണ്ടത് പുറത്തെടുത്ത മൃതദേഹം ഉണ്ണിയുടേതാണോ എന്നാണ്. 1, 4 സാക്ഷികളും 3-ാം സാക്ഷി ഭാര്യയുമാണ് ശരീരം തിരിച്ചറിഞ്ഞത്. ബന്ധുക്കൾക്കുപോലും ശരീരം തിരിച്ചറിയാൻ കഴിയാത്തവിധം മൃതശരീരം അഴുകിയിരുന്നു എന്നാണ് ഡോക്ടർ പറഞ്ഞത്. 1-ാം സാക്ഷി പ്രധാനമായും പറയുന്നത് മുടിയുടെ പ്രത്യേകതയാണ്. എന്നാൽ മുടി തലയോട്ടിയിൽനിന്ന് മാറിയാണ് കാണപ്പെട്ടത്. വസ്ത്രം കണ്ടാണ് ഭാര്യ തിരിച്ചറിഞ്ഞത്. എന്നാൽ അവർ പറയുന്ന അടയാളങ്ങൾ ഉള്ള വസ്ത്രമല്ല, ചെറിയ കഷണം മാത്രമാണ് ശരീരത്തിലുണ്ടായിരുന്നത്. ആയതുകൊണ്ട് മൃതശരീരത്തിന്റെ തിരിച്ചറിയൽ പൂർണ്ണമാണ് എന്ന് പറയാൻ വയ്യ. വിരലടയാളവിദഗ്ധന്റെ അഭിപ്രായവും തിരിച്ചറിയലിന് സഹായകമല്ല.

ഇനി കുറ്റകൃത്യം ചെയ്യാനുണ്ടായ കാരണം പരിശോധിക്കാം. മകൻ സ്കൂളിൽ പോകുന്നതിൽ അച്ഛനുള്ള എതിർപ്പാണ് കാരണമായി പറയുന്നത്. വളരെ ബാലിശവും സാമാന്യയുക്തിക്ക് നിരക്കാത്തതുമായ ഒരു കാരണമാണ് വാദി ഭാഗം മുന്നോട്ട് വയ്ക്കുന്നത്. സാഹചര്യത്തെളിവിനെപറ്റി സുപ്രീം കോടതി പറയുന്നതു നോക്കുക. "സാഹചര്യത്തെളിവുകൾ പരിപൂർണ്ണമായിരിക്കണം" ഏതെങ്കിലും ഒരു തെളിവിന്റെ അഭാവം പ്രതിയുടെ നിർദ്ദോഷത്വത്തിലേക്ക് വിരൽ ചൂണ്ടുന്നതാകരുത്. മനുഷ്യന് സാധ്യമായ എല്ലാ സാഹചര്യങ്ങളും പ്രതിക്ക് എതിരായാൽ മാത്രമേ അവ സ്വീകരിക്കാൻ പാടുള്ളൂ. (ബക് ഷീഷ് സിംഗ് വി. പഞ്ചാബ് സ്റ്റേറ്റ്, എ.ഐ. ആർ 1971 എസ് സി പേജ് 2016)

ഈ കേസിലെ എം. ഒ. 2 കൊടുവാൾ പ്രതികളുടെ വീട്ടിലുള്ളതല്ലെന്ന് 2-ാം സാക്ഷി അമ്മ പറയുന്നു. 3,4 എം. ഒ. (തൊണ്ടികൾ) സാധാരണ വീടുകളിൽ കാണപ്പെടുന്നവയാണ്.

സാഹചര്യത്തെളിവുകളിലെ കണ്ണികൾ പൂർണ്ണമായിരിക്കണെമെന്ന് മാത്രമല്ല അവയിൽ നിന്നുള്ള ഏകഅനുമാനം പ്രതികൾ മാത്രമേ ഈ കുറ്റം ചെയ്യാൻ സാധ്യതയുള്ളൂ എന്നു കൂടി ആയിരിക്കണം.

മേൽ പറഞ്ഞവയെല്ലാം പരിഗണിക്കുമ്പോൾ വാദി ഭാഗത്തിന് പ്രതികൾക്കെതിരായ കേസ് തെളിയിക്കാൻ സാധിച്ചിട്ടില്ല എന്നും കാണുന്നു. ആയതിനാൽ പ്രതികളെ കുറ്റക്കാരനല്ലെന്ന് കണ്ട് വെറുതെ വിട്ടിരിക്കുന്നു.

എം. ഒ. 2, 3, 4 എന്നിവ പൊതുലേലം ചെയ്തും എ. ഒ. 1, 5, 6, 7 എന്നിവ അപ്പീൽ സമയം കഴിഞ്ഞ് നശിപ്പിച്ചും ഉത്തരവാകുന്നു.

1975 ജൂൺ 25

ഒപ്പ് എം. എം. പരീത് പിള്ള

സെഷൻസ് ജഡ്ജി.

നീതിയുടെ അന്തർധാരകൾ

മനുഷ്യമനസ്സാക്ഷിയെ ഞെട്ടിക്കുന്ന കൊലപാതകക്കേസുകളിൽ പ്രതിയെ വെറുതെ വിടുമ്പോൾ അത് തെളിവിന്റെ അഭാവം മൂലമാണെന്ന് ഒരു ന്യായാധിപന് സ്വന്തം മനസ്സാക്ഷിയെ ബോധ്യപ്പെടുത്താം. പക്ഷേ, ഒരു സാധാരണക്കാരന്റെ മനസ്സിനെ അതു തൃപ്തിപ്പെടുത്തുമോ? അച്ഛനെ കൊന്ന മകനെ വെറുതെ വിട്ടപ്പോൾ സമൂഹമനസ്സാക്ഷിയുടെ മുമ്പിൽ നീതിന്യായസംവിധാനത്തിന്റെ മുഖം വികൃതമാകുന്നുണ്ടോ? 1872-ൽ ബ്രിട്ടീഷുകാർ നിർമ്മിച്ച തെളിവുനിയമം സത്യം കണ്ടെത്താൻ നമ്മെ സഹായിക്കുക മാത്രമല്ല ചെയ്യുന്നത്. ന്യായമായ തീരുമാനത്തിൽ എത്താനും പ്രസ്തുതനിയമം ഉപകരിക്കുന്നു. അതായത് ആയിരം കുറ്റവാളികൾ രക്ഷപ്പെട്ടാലും ഒരു നിർദ്ദോഷിയും ശിക്ഷിക്കപ്പെടരുത്. നിയമത്തിന്റെ നൂലാമാലകൾമൂലം ഈ ആനുകൂല്യം അനുഭവിക്കുന്ന കുറ്റവാളികൾ രക്ഷപ്പെടുന്നത് താത്ക്കാലികം മാത്രമാണ്.

പ്രകൃതിയുടെ അദൃശ്യകരങ്ങൾ അവരെ പിടികൂടുകതന്നെ ചെയ്യുമെന്നാണ് ഭാരതീയ തത്ത്വശാസ്ത്രം വിശ്വസിക്കുന്നത്. നിയമത്തിന്റെ മുമ്പിൽ ഒരു ന്യായാധിപൻ ഒരുപക്ഷേ നിസ്സഹായനായേക്കാം. എന്നാൽ സാധാരണ പൗരൻ അങ്ങനെ ആണെന്ന് പറയുക വയ്യ. കാരണം അവൻ ഉൾപ്പെടുന്ന സമൂഹമാണ് ഈ നിയമം നിർമ്മിക്കുന്നത്. അതുകൊണ്ട് വ്യക്തിപരമായി ന്യായാധിപനോ സാധാരണക്കാരനോ ഏതെങ്കിലും വിധിയെ അംഗീകരിക്കാൻ സാധിച്ചില്ലെങ്കിൽകൂടി പൊതുസമൂഹം അവയെ അംഗീകരിക്കുന്നുണ്ട്. അതു നമ്മുടെ ജനതയുടെ നിലനില്പിന്നാവശ്യമാണ്. ജനം നിയമം കൈയിലെടുക്കാതിരിക്കാൻ നമ്മുടെ ജനാധിപത്യഭരണകൂടത്തിന്റെ സംഭാവനയാണ് ഈ സംവിധാനം.

സംശയത്തിന്റെ ആനുകൂല്യം നല്കി ഒരു പ്രതിയെ വെറുതെ വിടുമ്പോൾ നിയമം ഒരു രക്ഷാകവാടമാണ് സൃഷ്ടിക്കുന്നത്. ഇല്ലെങ്കിൽ നമ്മുടെ രാജ്യത്ത് കാട്ടിലെ നീതി പുലരും. അതു കൊണ്ട് നിയമത്തിലെ ഇത്തരം പഴുതുകൾ വൈകാരികമായി നോക്കിക്കാണുമ്പോൾ മാത്രമേ സാധാരണക്കാരന് ഓരോ വിധിയെപ്പറ്റിയും സന്ദേഹങ്ങൾ ഉണ്ടാവുന്നുള്ളൂ. ആത്യന്തികമായി നീതി പരാതിക്കാരന് മാത്രം കിട്ടിയാൽപോരാ. സമൂഹത്തിന് ഒട്ടാകെ കിട്ടണം. അതുകൊണ്ട് നീതി ചെയ്താൽ മാത്രം പോരാ നീതി ചെയ്തു എന്ന് തോന്നിക്കണം എന്ന ആപ്തവാക്യത്തെയാണ് നാം മുറുകെ പിടിക്കുന്നത് നീതിയുടെ ഈ അന്തർധാര നമ്മെ മുന്നോട്ടു നയിക്കട്ടെ.

■

www.ingramcontent.com/pod-product-compliance
Lightning Source LLC
LaVergne TN
LVHW040823051026
849519LV00007BA/2719
* 9 7 8 9 3 8 7 3 3 1 6 6 2 *